त्रयोदशी

(श्री ज्ञानदेव साहित्य संशोधन)

डॉ. सदानंद मोरे

सकाळ प्रकाशन

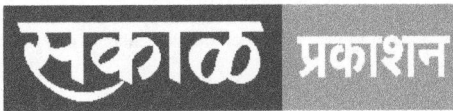

सकाळ प्रकाशन

त्रयोदशी (श्री ज्ञानदेव साहित्य संशोधन)

© डॉ. सदानंद मोरे, २०१५

पुन:प्रकाशन : एप्रिल २०१५

प्रथमावृत्ती : (२१ नोव्हेंबर १९९५), नवीन उद्योग, पुणे

अक्षरजुळणी आणि मांडणी

अश्विनी महाजन

मुखपृष्ठ

राजू देशपांडे

प्रकाशक

सकाळ पेपर्स प्रा. लि.

५९५, बुधवार पेठ, पुणे ४११ ००२

ISBN : 978-93-84316-36-5

अधिक माहितीकरिता :

पुस्तक प्रकाशन विभाग, सकाळ पेपर्स प्रा. लि.,

८८८८८ ४९०५० / ०२०-२४४०५६७८

sakalprakashan@esakal.com

www.sakalpublications.com

ज्येष्ठ वारकरी अभ्यासक

ह.भ.प. डॉ. भालचंद्र पंढरीनाथ बहिरट

यांना आदरपूर्वक

– सदानंद

पहिल्या आवृत्तीचे आत्मनिवेदन

एक पारंपरिक वारकरी या नात्याने मला ज्ञानदेवांविषयी आदर आणि आस्था लहानपणापासून होतीच. वडिलांकडे– श्रीधरअण्णांकडे येणाऱ्या विद्वानांचे वादसंवाद ऐकताऐकता आदर–आस्थेच्या विषयाचे रूपांतर अभ्यासविषयात कसे आणि केव्हा झाले हे कळलेच नाही. जन्मसप्तशताब्दी नेमकी केव्हा साजरी करायची हे ठरवण्यासाठी ज्ञानदेव जन्मशकासंबंधी उपस्थित झालेल्या वादात एक लेख लिहून मी उडी घेतली आणि आज आपण ज्ञानदेवांची समाधी–सप्तशताब्दी साजरी करत आहोत. दरम्यान, शके १९१२ मध्ये ज्ञानेश्वरीची (अर्थात अनुभवामृताची) लेखन–सप्तशताब्दी साजरी झाली. या २०–२५ वर्षांच्या काळात मी ज्ञानदेव, ज्ञानेश्वरी आणि त्यांची वारकरी परंपरा यांविषयी लिहित आलेलो आहे. ज्ञानेश्वरी सप्तशताब्दीच्या वर्षी तर आम्ही पालखी महासंघाच्या वतीने पैठण–नेवासे–आळे–आळंदी अशी ज्ञानेश्वरीची विजययात्राही काढली आणि मराठी भाषा व संस्कृती यांच्याविषयी विचारमंथन घडवले.

माझ्या काही लेखांचा *मंथन* हा संग्रह अहमदनगर येथील ऐतिहासिक वस्तुसंग्रहालयाचे श्री. सुरेश जोशी यांनी काढला. त्याला प्राचार्य नरहर कुरुंदकरांनी चिकित्सक प्रस्तावना लिहिली. आज अशाच तेरा लेखांची *त्रयोदशी* प्रकाशित करायला सिद्ध झालेल्या श्री. नवीन इंदलकरांचे आभार मानताना मी. कै. कुरुंदकरांचे कृतज्ञतापूर्वक स्मरणही करतो.

माझ्या ज्ञानदेवअभ्यासाला एकापेक्षा अधिक परिमाणे आणि पदर आहेत. त्यांचा खुलासा माझा मीच केला तर वाचकांना कदाचित मदत होईल असे मला वाटते. आमच्या घरात किमान अठरा पिढ्यांची वारकरी परंपरा आहे. तुकोबांचे आठवे (आणि माझे अठरावे) पूर्वज विश्वंभरबाबा हे ज्ञानदेव–नामदेवांचे समकालीन आणि कुलश्रुतीवर विश्वास ठेवायचा असेल तर ते ज्ञानदेव–नामदेवांच्या तीर्थावळीत सहभागी होते. कदाचित नेवाशाच्या ज्ञानेश्वरी संवादाचे ते एक श्रोतेही असतील का? विश्वंभरबाबांसाठी पंढरपूरहून श्रीविठ्ठल रखुमाईंसह देहूला आल्याची कथा

अनेकांना माहीत आहे. अण्णांच्या म्हणण्याप्रमाणे तर *म्हणोनिया पांडवा। मूर्तींचा मेळावा। करूनी त्यांचिया गावा। धावतु आलो।* या ज्ञानेश्वरीच्या बाराव्या अध्यायातील ओवीत देहूगावाचा उल्लेख असावा. मेळाव्यासाठी किमान दोन मूर्तींची गरज असते; पंढरपूरला एकटाच असलेला विठ्ठल देहूला मात्र रखुमाईसह विराजमान आहे. हा तो मेळावा! तर असा हा वारकरी परंपरेचा पहिला पदर. ज्ञानदेव आणि वारकरी संप्रदाय यासंबंधी लिहिणाऱ्या बहुतेक संशोधकांना प्रत्यक्ष वारकरी परंपरेची माहिती फारच थोडी असते; आणि तीही बहुधा ऐकीव वा वाचीव. वारकरी परिसरात प्रचलित असलेली मिथ्यके, वारकरी कीर्तनांतून सांगितल्या जाणाऱ्या कथा, लावण्यात येणारे अभंगांचे अन्वयार्थ यांसंबंधी ते सहसा अनभिज्ञ असतात. मी ही परंपरा तिच्या आतून पाहिली आणि अनुभवली असल्याने मला स्वत:ला या परिमाणाचे विशेष महत्त्व वाटते. 'ज्ञानेश्वरीचा लेखनशक' या लेखातून या परिमाणाचा विशेष प्रत्यय यावा. ज्ञानदेवांच्या समाधीचा वारकरी परंपरेत प्रचलित असलेला अन्वयार्थ मला ज्ञात असल्यामुळेच मी डॉ. सु. बा. कुलकर्णी यांच्या एतद्विषयक विपरीत संशोधनाचा प्रतिवाद करू शकलो. ज्ञानदेवांच्या समाधीविषयीच्या अभंगांमधील चंद्र–सूर्य या संकेतांचा कुलकर्णींनी कालगणनात्मक अर्थ लावून घोटाळा केला. वारकरी परंपरेमधील अन्वयार्थानुसार चंद्र–सूर्य हे संकेत कालगणनात्मक नसून कालातीतता व्यक्त करणारे आहेत; तसेच ज्ञानदेवांची समाधी ही योग्याची मुद्रासमाधी नसून कथाकीर्तन करणारी, भजन करणारी समाधी आहे. (*त्रयोदशी*च्या मुखपृष्ठावर याच वारकरी अन्वयार्थाला चित्ररूप दिले आहे.)

ज्ञानदेवांचा अभ्यास साहित्यशास्त्र, तत्त्वज्ञान आणि इतिहास या तीन अंगांनी व्हायला हवा. अर्थात विशेष अभ्यासक्षेत्रे आणि त्यांचे विशेषज्ञ या आज रूढ असलेल्या बाबी सोय म्हणून ठीक असल्या तरी अंतिमत: त्या तिघांची परस्परसंगती लावून एक व्यवस्था प्रस्थापित करता आली पाहिजे, असे माझे मत आहे. व्यक्तिश: मी ज्ञानदेवांचा अभ्यास या तीनही अंगांनी करायचा प्रयत्न, अर्थात माझ्या मगदुराप्रमाणे केलेला आहे. एका क्षेत्रातील प्रमेयाचा परिणाम दुसऱ्या क्षेत्रावर झाल्याशिवाय राहत नाही हा माझा अनुभव आहे.

साहित्यक्षेत्राचा विचार करताना ज्ञानदेवांचे भारतीय साहित्यात नेमके स्थान कोणते, त्यांचे भारतीय साहित्यक्षेत्राला योगदान काय, पूर्वसूरींशी त्यांचे अनुबंध कसे होते, इत्यादी प्रश्नांची चर्चा करावी लागते. हे प्रश्न अर्थातच साहित्याच्या तत्त्वज्ञानाकडे आणि खरे तर एकूणच तत्त्वज्ञानाकडे घेऊन जातात. तत्त्वज्ञानाच्या क्षेत्रातही, विशेषत: ज्ञानदेव हे भक्तीचे आचार्य असल्यामुळे भक्तीच्या तत्त्वज्ञानाची

समस्या मुख्य ठरते. आणि शेवटी साहित्य काय किंवा तत्त्वज्ञान काय, मानवी जीवनाच्या भौतिक वास्तवातून उगवतात व त्यावरच उभी राहतात. तेव्हा या वास्तवाचा विचार ऐतिहासिक दृष्टीने करावा लागतो; तसेच हे वास्तव परत सामाजिक सांस्कृतिक असल्यामुळे तोही विचार टाळता येत नाही. अर्थात या प्रकारचा समाजवैज्ञानिक अभ्यास आपण पाश्चात्त्यांकडून शिकलो असल्यामुळे मुळात या अभ्यासाच्या पद्धतिशास्त्राचाच विचार व्हायला हवा. म्हणून एका पद्धतिशास्त्रीय लेखाचाही समावेश या संग्रहात केलेला आहे.

मराठी संस्कृती ही एक वैशिष्ट्यपूर्ण संस्कृती आहे. वारकरी पंथ हा तिचा मुख्य प्रवाह आहे. ज्ञानदेव तिच्या मूलस्थानी आणि तुकोबा केंद्रस्थानी आहेत, असे माझ्या गेल्या काही वर्षांमधील लेखनाचे सूत्र आहे. त्रयोदशीमधील लेख हे सूत्र गृहीत धरून लिहिले आहेत व ते त्या अनुषंगाने वाचले तर सहानुभूतीने समजून घेता येतील.

अनुष्टुभ, परामर्श, संतमत, श्रुति, दै. लोकसत्ता, मराठी संशोधनपत्रिका, ज्ञानेश्वरी आणि विसावे शतक, एक तरी ओवी अनुभवावी, संतसाहित्य : अभ्यासाच्या काही दिशा या नियतकालिकांमधून आणि ग्रंथांमधून त्रयोदशीमधील लेख प्रसिद्ध झालेले आहेत. त्यांच्याशी संबंधित संपादक, प्रकाशक व संस्थांचे कृतज्ञतापूर्वक आभार.

– सदानंद मोरे
तत्त्वज्ञान विभाग,
पुणे विद्यापीठ,
पुणे ४११ ००७

दुसऱ्या आवृत्तीचे आत्मनिवेदन

श्रीज्ञानेश्वरमहाराजांच्या साहित्याकडे आणि तत्त्वज्ञानाकडे माझे अगदी लहानपणी लक्ष वेधले. याचे सर्वसाधारण कारण म्हणजे माझी वारकरी परंपरा आणि विशेष कारण अर्थातच माझे वडील वै. श्रीधरअण्णा. अण्णांच्या ग्रंथसंग्रहात ज्ञानेश्वरांविषयीच्या ग्रंथांचा खजिनाच होता. शिवाय त्यांच्याकडे चर्चेसाठी नेहमी येणारे भा. पं. बहिरटांसारखे थोर अभ्यासक. यामुळे माझी स्थिती 'आम्ही आइते जेवणार। न लगे सोसावे डोंगर।' अशी कोणीही हेवा करावी अशी असल्यास आश्चर्य नाही.

या सर्व गोष्टींचा परिणाम म्हणजे ज्ञानेश्वरविषयक वाद आणि वादांमधील मतमतांतरे यांचा मला खूप लवकर परिचय झाला. ज्ञानेश्वर एक की दोन, ज्ञानेश्वरांचे जन्मवर्ष, ज्ञानेश्वरांचे आचार्यानुसरण इत्यादी विषय आपोआच अंगवळणी पडत गेले.

ज्ञानेश्वरांविषयीचा माझा पहिला लेख त्यांच्या जन्मशकासंबंधी 'दै. विशाल सह्याद्री' व अनंतराव पाटलांनी छापला तेव्हा मी एस. पी. कॉलेजात तत्त्वज्ञानाचा अभ्यास करत होतो. माउलींची जन्मसप्तशताब्दी कधी साजरी करायची, याची चर्चा चालू असताना मला त्यात हस्तक्षेप करणे आवश्यक वाटले. त्यानंतर शासनाने सप्तशताब्दीनिमित्ताने ज्ञानेश्वरीची कोणती प्रत छापावी याविषयी मी 'महाराष्ट्र टाईम्स'मध्ये लेख लिहिला.

त्यानंतर ज्ञानेश्वर हा माझ्या आवडीचा विषय झाला. *तुकाराम दर्शन* लिहिण्यापूर्वी मी तुकोबांपेक्षा ज्ञानेश्वरांसंबंधीच अधिक लेखन केले होते.

ज्ञानदेवांना समजून घेणे फार महत्त्वाचे आहे. 'ज्ञानदेवे रचिला पाया' हे संत बहिणाबाईंचे वचन फक्त वारकरी संप्रदायापुरते मर्यादित नाही. मराठी साहित्य आणि मराठी संस्कृती यांचाही पाया ज्ञानदेवांनीच रचला आहे.

पण ज्ञानदेवांचा अभ्यास करायचा म्हणजे नेमका कशाचा करायचा? त्यांच्या काव्याच्या, तत्त्वज्ञानाचा, की तत्कालीन परिस्थितीचा?

या प्रश्नाचे उत्तर सरळसोपे नाही. कारण ज्ञानदेवांच्या अभ्यासासाठी या आणि अशा इतरही अनेक प्रश्नांचा अभ्यास करावा लागतो. म्हणजेच ज्ञानदेवअभ्यास हा

अपरिहार्यपणे आंतरविद्याशाखीयच होतो. योगायोगाने असेल किंवा आणखी कशाने, माझ्या अभ्यासाला पहिल्यापासून आंतरविद्याशाखीय परिमाण लाभले आहे.

एका गोष्टीचा मुद्दाम उल्लेख करायला हवा. दरम्यानच्या काळात मला पुणे विद्यापीठाच्या संत ज्ञानदेव अध्यासनाचा प्राध्यापक म्हणून कार्य करायची संधी मिळाली. ते करत असतानाच मी याच विद्यापीठातील संत तुकाराम अध्यासनाची उभारणी करण्यास निमित्त ठरलो. त्यामुळे त्या अध्यासनाचा कार्यभारही माझ्याकडे आला. एकाच वेळी ज्ञानदेव आणि तुकोबा यांची अशा प्रकारची सेवा करण्याइतके भाग्य वारकऱ्यासाठी दुसरे कोणते असू शकते? हे काम करत असताना मी ज्ञानदेव आणि तुकोबा यांची गुरुपरंपरा एकच कशी होती हे दाखवणारी *ज्ञानबा तुकाराम* ही शोधपुस्तिका प्रकाशित केली.

दरम्यान संत ज्ञानदेव अध्यासनाच्या प्रमुखपदी कविवर्य दिलीप पुरुषोत्तम चित्रे यांची नियुक्ती झाली. आम्ही दोघांनी मिळून 'भक्ती' या विषयावर स्वतंत्र असा अभ्यासक्रम तयार करून तो शिकवलादेखील. या अभ्यासक्रमासाठी विद्यापीठाबाहेरील जिज्ञासूंनाही प्रवेश घेता येत असे. माझ्या अध्यापकीय कारकिर्दीतील तो सर्वांत सुंदर काळ होता.

प्रस्तुत लेखसंग्रहाला कामगार साहित्य परिषदेने ग. दि. माडगुळकर पुरस्काराने गौरवले आहे याचा आभारपूर्वक उल्लेख करतो. साक्षेपी समीक्षक प्रा. रा. ग. जाधव यांचे हे आवडते पुस्तक आहे, ही मला सुखावून गेलेली गोष्ट.

पुस्तकाचा थोडक्यात परिचय करून देणाऱ्या मजकुरासाठी प्रा. रूपाली शिंदे यांचे विशेष आभार.

– सदानंद मोरे

अनुक्रमणिका

१. ज्ञानदेवांची गीतासंगती

श्रीमद्भगवद्गीता हा भारतीय विचारपरंपरेतील अत्यंत महत्त्वाचा आणि मान्यताप्राप्त असा ग्रंथ आहे. मुळात महाभारतामधील भीष्मपर्वातील काही अध्याय या रूपाने प्रथम अवतीर्ण झालेल्या या गीतेला आद्य शंकराचार्यांपूर्वीच महत्त्व आणि मान्यता प्राप्त झाली होती. आचार्यांनी उपनिषदे आणि ब्रह्मसूत्रे यांच्यावरील भाष्यांच्या बरोबरीने गीतेवरही भाष्य लिहिले आणि तेव्हापासून वैदिक परंपरेत अधिकृतता मिळण्यासाठी गीतेवर भाष्य लिहिणे ही जणू एक आवश्यक अटच होऊन बसली. शंकराचार्यांपाठोपाठ भास्कर, रामानुज, मध्व इत्यादी आचार्यांनीही भगवद्गीतेवर भाष्ये लिहून आपापले तत्त्वज्ञान हे गीतेमध्येही प्रतिपादिले आहे असे दाखवण्याचा प्रयत्न केला; म्हणजे गीतेचा तसा अर्थ लावण्याचा प्रयत्न केला. या प्रयत्नात साहजिकच गीतेच्या मूळ आशयावर अन्याय झाला नसेल तरच नवल.

मुळात गीतेचा रचनाबंध पाहिला तर असे दिसते की, गीता हा श्रीकृष्ण आणि अर्जुन यांच्यामधील संवाद आहे. आणि हा संवाद संजयाने धृतराष्ट्राला कथन केलेला आहे. म्हणजेच तो एका संवादाच्या चौकटीमधील दुसरा संवाद आहे. सामान्यपणे असे आढळून येते की, गीतेवरील पारंपरिक संस्कृत भाष्यकारांनी गीतेच्या या संवादबंधाकडे दुर्लक्ष केले. गीता हा शास्त्रीय पद्धतीने तत्त्वचर्चा करणारा ग्रंथ आहे असे गृहीत धरले. त्यामुळे त्याच्यातील जिवंतपणा आटला.

याउलट ज्ञानदेवांच्या *ज्ञानेश्वरी* या मराठी गीताटीकेमध्ये गीता हा एक संवादबंध आहे याचे सतत भान ठेवले गेलेले दिसते. गीतेत तत्त्वचर्चा आहे, हे ज्ञानदेवांना मान्य आहेच. तत्त्वचर्चा असल्याने तिच्यात एक प्रकारची सुसंगती आणि सुसूत्रता असणे अपेक्षित आणि स्वाभाविक आहे हेही त्यांना मान्य आहे; परंतु ही सुसंगतता पारंपरिक न्यायमीमांसापद्धतीच्या चौकटीत बसणारी नाही. उलट त्या चौकटीत पाहू गेलो तर ग्रंथात विसंगती, पुनरुक्ती असे दोष निर्माण होतात आणि ते दूर व्हावेत म्हणून नाना कसरती कराव्या लागतात, हे त्यांच्या ध्यानात आलेले होते. भाष्यकारांना वाट पुसत आपण गीतार्थाकडे चाललो आहोत असे त्यांनीच म्हटले

असले, तरी भाष्यकारांनी दाखवलेल्या वाटांमध्ये खाचखळगे कोठे आहेत आणि ते कसे चुकवावेत हे समजण्याइतके ते चतुरही होते.

गीता हा कृष्णार्जुनाचा संवाद आहे ही बाब इतर भाष्यकारांना माहीत नव्हती असा याचा अर्थ नव्हे, त्यांना ती जरूर माहीत होती. परंतु त्यांनी तिला अर्थवादात्मक, गौण– अनावश्यक मानलेले दिसते. उपनिषदांत जनक, याज्ञवल्क्य, मैत्रेयी, गार्गी अशी पात्रे संवाद करतात. परंतु ती त्यांच्या संवादांमधील त्या–त्या विचारांची केवळ वाहक आहेत. त्यांच्याऐवजी आणखी दुसरी पात्रे असती, तरी काही विशेष फरक पडला नसता. त्याप्रमाणे गीतेमधील कृष्णार्जुनांची जोडीही निमित्तमात्रच आहे अशी त्यांची भूमिका दिसते. किंबहुना म्हणूनच की काय काही भाष्यकार संपूर्ण पहिला अध्याय आणि दुसऱ्या अध्यायातील प्रारंभीचे दहा श्लोक यांच्यावर भाष्यच करत नाहीत!

ज्ञानदेवांनी प्रथम कोणती महत्त्वाची गोष्ट ओळखली असेल, तर गीता हा कृष्णार्जुनांचा संवाद असल्याची. या ओळखीमुळे ज्ञानदेवांची गीतेकडे पाहण्याची दृष्टीच बदलली.

एकदा गीतेचे संवादत्व अधोरेखित करून तिची संवाद म्हणून दखल घ्यायचे निश्चित झाले म्हणजे साहजिकच प्रश्न उपस्थित होतो की, तो कोणत्या प्रकारचा संवाद आहे. अर्थात संवाद कोणत्या प्रकारचा आहे हे ठरवणारा निर्णायक मुद्दा म्हणजे तो संवाद कोणत्या व्यक्तींमधील आहे हा होय. ज्ञानेश्वरीमध्ये ज्ञानदेव अनेक ठिकाणी या संवादाचे आणि 'संवादियां'चे वर्णन करतात. उदाहरणार्थ, हा संवाद स्वामी आणि सेवक यांच्यामधील आहे, दोन मित्रांमधील आहे, ईश्वर आणि भक्त यांच्यामधील आहे, देव आणि जीव यांच्यामधील आहे, ईश्वरच अर्जुनरूपाने दोन होऊन स्वतःशी संवादत आहे इत्यादी.

श्रीकृष्ण आणि अर्जुन यांच्यामधील नात्याचे वेगळेपण अशा प्रकारे स्पष्ट झाल्यानंतर हा संवाद औपचारिक, नियमबद्ध असा, प्रसंगी तर्ककर्कशतेकडे झुकणारा तर्कसंगत संवाद राहत नाही हे लक्षात ठेवले पाहिजे. त्याची संगती ही विशिष्ट प्रकारच्या संवादांतर्गत राहते. तिच्या स्पष्टीकरणार्थ न्यायाचे वा मीमांसेचे नियम वापरण्याची गरज उरत नाही.

याचा अर्थ असा मात्र नव्हे की, या संवादात सर्वसामान्य विचारनियमांचे उल्लंघन केलेले आहे. ते नियम गृहीतच आहेत; पण ते पुरेसे ठरत नाहीत. सर्वसामान्य तर्कनियम आणि अन्वयार्थनियम यांना जोपर्यंत त्या विशिष्ट प्रकारच्या संवादाच्या स्वतःच्या नियमांची जोड दिली जात नाही, तोपर्यंत तो संवादार्थ आपल्या आटोक्यात

येणे शक्य नाही, एवढाच त्याचा अर्थ. इतर भाष्यकार सामान्य नियमांच्या चौकटीत अडकून पडले, ज्ञानदेव पडले नाहीत. सामान्य नियमांचे उल्लंघन केव्हा व किती करायचे हे ज्ञानदेवांनी चांगले जाणले होते. अर्थात त्यासाठी त्यांनी अगोदर सामान्य नियम पक्के आत्मसात केलेले होते हे वेगळे सांगायला नको.

गीतेमध्ये पुनरुक्ती आहे, काही प्रमाणात विस्कळितपणा आहे, म्हणून आधुनिक विद्वान तिच्या आक्षिप्ततेविषयी, कर्त्याविषयी, कालाविषयी संशय घेऊ पाहतात; तर भाष्यकार (लोकमान्य टिळकांसह) तात्पर्यनिर्णयाची पारंपरिक गमके वापरून समन्वय करू इच्छितात. ज्ञानदेव मात्र उपरोक्त गोष्टी गीतेत आहेत असे सरळपणे मान्य करून, ते दोष नसून गुण आहेत अशी भूमिका घेतात व त्यांच्या अस्तित्वाचे स्पष्टीकरण गीतेच्या विशिष्ट संवादबंधात आहे असे प्रतिपादतात. श्रीकृष्णाची अर्जुनाला निरूपण करण्याची शैली कशी होती तर –

जेणे जेणे का भेदे। चित्त तुझे बोधे।
तैसे तैसे विनोदे। निरूपिजेल।।

गीतोक्त उपलब्ध कृष्णार्जुन संवादात अनेक ठिकाणी अशा जागा आहेत की, त्या भरून काढता येतात, काढायला हव्यात; कारण आपणापुढे जी सातशे श्लोकांची गीता आहे ती व्यासकृत आहे. व्यासांनी कृष्णार्जुनसंवाद सातशे श्लोकांत आणला हा त्यांचा विश्वावर 'थोरू उपकारू' झाला, हे ऋण ज्ञानदेव निःसंकोचपणे आणि कृतज्ञतेने नमूद करतात. पण त्याचबरोबर त्यांनी असेही सूचित केले आहे की, या आटणीच्या प्रक्रियेत काही दुवे हरवले असण्याची शक्यता आहे. म्हणून ज्याला मूळ संवादाकडे जायचे आहे, त्याला 'व्यासांची पदे' हा एक प्रकारचा take off आहे. तेथून मूळ गीतार्थाकडे झेपावता आले पाहिजे. Take off ची उपमाच आणखी पुढे नेऊन असे म्हणता येईल की, ही जर काठीच्या साहाय्याने मारण्याची उंच उडी असेल, तर संजय हा मूळ संवादाचा एकमेव श्रोता असल्याने त्याचा उपयोग काठीसारखा करणे शक्य आहे, ज्ञानदेवांनी तो केलेला आहे. किंबहुना संजयाचे *'जैसे करणे तैसे आपले बोलणे'* असल्याचे ते सांगतात. सुटलेले दुवे ते संजयाच्या आधाराने किंबहुना संजयाकरवी जोडून दाखवतात. त्यामुळे ते व्यासांच्या पलीकडे जाऊनही व्यासांशी अविरोधी राहू शकतात. गीतेच्या अन्य कोणाही भाष्यकाराला संजयाचे महत्त्व ओळखता आलेले नाही. ज्ञानदेवांचा संजय हा गीतासंवादकथेचा जणू सूत्रधार आहे. तो व्यासकृतीत हस्तक्षेप (येथे खरे तर शब्दक्षेप) करतो, आवश्यक तेथे आवश्यक ती कॉमेंट करतो!

परंतु संजय जरी झाला तरी तोही श्रीकृष्णाने जे सांगितले (व त्याने जे ऐकले)

तेच सांगू शकणार. असे काही असण्याचीही शक्यता आहे की, जे व्यासही सांगत नाहीत, संजयही सांगत नाही. याही पुढे जाऊन असे म्हणता येईल की, जे कृष्णानेही सांगितले नाही– कदाचित त्याला ते सांगायचेच नसेल किंवा शब्दांच्या भाषेच्या अंगभूत मर्यादांमुळे सांगता आले नसेल (म्हणजे उदाहरणार्थ, अभिप्रेत एक असेल परंतु व्यक्त दुसरेच झालेले असेल. भाषिक व्यवहारात यांपैकी काहीही अशक्य नाही.) या संदर्भात उत्थानफलक किंवा उड्डाणदंड नसतानाही जागच्या जागी उंच उडी मारायच्या परिस्थितीची कल्पना करू, म्हणजे प्रस्तुत उपमा आणखी पुढे नेता येईल. ज्ञानदेवांचे श्रोते ज्ञानदेवांना म्हणतात की, श्रीकृष्णाने झाकून ठेवलेले अभिप्रायच ज्ञानदेव प्रगट करत आहेत– श्रीकृष्णानेच त्यांना तसे सांगितले आहे; ही उत्थानफलक आणि उड्डाणदंड यांच्याशिवाय घेतलेली झेप आहे.

प्रसंग अकराव्या अध्यायातील आहे. भगवंताच्या विविध विभूती ऐकून त्याचे हे विभूतिरूप अर्थात विश्वरूप पाहावे अशी स्वाभाविक इच्छा अर्जुनाच्या मनात उत्पन्न होते. तो कृष्णाला विनंती करतो– शक्य असेल, तर हे रूप मला दाखव. अर्जुनाने अशी इच्छा प्रकट केल्याकेल्या कृष्णाने विश्वरूप धारण केले व अर्जुनाला ते पाहायला सांगितले. जर तुला स्वत:च्या डोळ्यांनी हे रूप पाहणे शक्य नसेल, तर मी तुला दिव्यदृष्टी देतो असे म्हणून दिव्यदृष्टी दिली (गीता ११.४–८). सामान्यपणे कृष्णाने अगोदर या रूपात तू काय काय पाहशील याचे थोडक्यात वर्णन करून मग दिव्यदृष्टी दिली आणि मग विश्वरूप दाखवले असा गीतेतील श्लोकांचा रोख आहे आणि भाष्यकारांचाही कल असेच मानण्याकडे आहे. मात्र ज्ञानदेवांच्या मते, अर्जुनाच्या विनंतीनुसार कृष्णाने ताबडतोब विश्वरूप प्रगट केले आणि त्याचे वर्णन करून तो अर्जुनाला अमुक बघ, तमुक बघ असे म्हणू लागला. चर्मचक्षूयुक्त अर्जुन केवळ दिव्यचक्षूंनीच दिसू शकणारे हे रूप पाहू शकणार नाही हे कृष्ण विसरूनच गेला! आणि मग एवढे रूप समोर असूनही अर्जुनावर काहीही परिणाम होत नाही, तो काहीच प्रतिसाद देत नाही हे पाहून तो चकितही झाला. मला 'ज्ञानदृष्टी' नसल्याने मी पाहू शकत नाही हे अर्जुनाने त्याच्या निदर्शनास आणून दिल्यावर त्याच्या लक्षात आले की, आपण अर्जुनाला दिव्यचक्षू देण्याचे विसरलो. यानंतर कृष्णाने अर्जुनाला दिव्यचक्षू दिले आणि मगच अर्जुन विश्वरूप पाहू शकला. ज्ञानदेवांच्या या कथासंगतीवर कोणी असाही आक्षेप घेईल की, कृष्ण अर्जुनास दिव्यचक्षू देण्याचे विसरतोच कसे? याचे कारण ज्ञानदेवांनी कृष्णाकडूनच वदवले आहे. कृष्ण म्हणतो की, खरे तर त्याने अर्जुनास अगोदरच दिव्यचक्षू द्यायला हवे होते. पण काय करणार? *'परि बोलत प्रेमभावे। धसाळ गेलो।।'* बोलण्याच्या

नादात, प्रेमातिशयाच्या भरात कृष्ण ते विसरूनच गेला. थोडक्यात, या प्रसंगात ज्ञानदेवांनी अर्थ आणि क्रम यांच्यात बदल करून शिवाय भरही टाकली आहे. ही ज्ञानदेवांची झेपच आहे. ज्ञानदेवांचे श्रोते एके ठिकाणी ज्ञानदेवांना म्हणतातही– *'देवाचे मनोगत। जाणत आहासी तू मूर्त।'* आपण न्यायमीमांसा–व्याकरण यांचा उपयोग करून गीतेचा पदश: अगर श्लोकश: अन्वयार्थ लावत नसून श्रीकृष्ण परमात्म्याचे मनोगतच प्रगट करत आहोत असा आपला दावा ज्ञानदेव श्रोत्यांमार्फत वदवून घेतात. हा परत त्यांच्या अभिजात विनयशील व्यक्तित्वाचा आणि शैलीदार सूचकतेचा भागच म्हणायचा. आत्मविश्वास आणि नम्रता या दोन परस्परविरोधी वाटणाऱ्या गुणांचा समन्वय ज्ञानेश्वरीइतका अन्य कोठे झालेला असेल असे वाटत नाही. कमालीचा हळुवारपणा आणि नजाकत यांनी युक्त असलेल्या या ग्रंथाचा अर्थ लावताना तर्ककर्कशतेचा उपयोग करणे म्हणजे सुमधुर सारंगीच्या सुरेल सुरांना साथ म्हणून ताशा वाजवण्याचा प्रकार आहे.

ज्ञानदेवांनी गीता हा कृष्णार्जुनाचा संवाद असण्यावर भर दिलेला आहे व त्यामुळे त्यांचे भाष्य इतरांपेक्षा वेगळे झालेले आहे, असे प्रतिपादन या लेखाच्या सुरुवातीसच केलेले आहे. या संवादाचे स्वरूप काय आहे हे पाहणे महत्त्वाचे असल्याचेही सूचित केलेले आहे. कृष्ण आणि अर्जुन म्हणजे देव आणि भक्त. गीतासंवाद हा जणू बोहला असून त्यावर या दोघांचे लग्न लागले आहे असे ज्ञानदेवांचा संजय म्हणतो. संवादाचे निमित्त करून अव्यवहार्य अशा प्रकारच्या वस्तूचा म्हणजे ईशस्वरूपाचा भोग कृष्ण आणि अर्जुन घेत आहेत असे स्वत: ज्ञानदेवांनीच म्हटले आहे. या संवादामुळे दोघांनाही सुख होत आहे आणि म्हणून तो संपू नये असे त्यांना वाटणे स्वाभाविक आहे. सुखसंवादाविषयीच्या या सार्वत्रिक अनुभवाचा उपयोग करून ज्ञानदेवांनी अठराव्या अध्यायाची संगती लावलेली आहे. खरे तर अठराव्या अध्यायात आलेले 'त्याग' आणि 'संन्यास' हे विषय गीतेत यापूर्वीच येऊन गेलेले आहेत. मग अठराव्या अध्यायाचे प्रयोजन काय? पारंपरिक चौकटीतून पाहिले तर ती पुनरुक्ती ठरेल. ज्ञानदेव या ठिकाणी वेगळीच कल्पना मांडतात. सतराव्या अध्यायाच्या अखेरपर्यंत तत्त्वचर्चा संपली होती आणि अर्जुन तत्त्वनिश्चित झालेला होता असे मान्य करून ज्ञानदेव काय म्हणतात हे मुळातूनच पाहणे रोचक ठरेल.

एरव्ही तत्त्वाविषयी भला। तो निश्चित असे कीर जाहला।
परी देवो राहिला उला। ते साहावेना।।
वत्स धालीयाही वरी। धेनु न वचावी दुरी।
अनन्य प्रीतीची परी। ऐसीच आहे।।

तेणे काजेवीणही बोलावे। ते देखिले तरी पाहावे।
भोगिता चाड दुणावे। पडियंताठायी।
ऐसी प्रेमाची हे जाती। पार्थ तव तेचि मूर्ति।
म्हणूनि करू लाहे खंती। उगेपणाची।।
आणि संवादाचेनि मिसे। जे अव्यवहारी वस्तु असे।
तेचि भोगिजे की जैसे। आरिसा रूप।।
मग संवाद तोही पारुखे। तरी भोगणे भोगिता थोके।
हे का साहावेल सुखे। लांचावलेया।।
यालागी त्याग संन्यास। पुसावयाचे घेऊनि मिस।
परतविले ते दुस। गीतेचे ते।।
हा अठरावा अध्याय नोहे। एकाध्यायी गीताची आहे।
जै वासरूचि गाय दुहे। तै वेळु कायसा।।
तैसी संपता अवसरी। गीता आदरवली माघारी।
स्वामीभृत्याचा न करी। संवादु कायी।। (ज्ञानेश्वरी १८.७७-८५)

ज्ञानदेवांच्या मते, गीतेत अठरा अध्याय आणि सातशे श्लोक आहेत हे संख्यात्मक दृष्टीने खरे असले, तरी *सातशे श्लोक। अठरा अध्यायाचे लेख। परी देवो बोलिले एक। जे दुजे नाही।।* म्हणजे संपूर्ण गीतेत एकच एक प्रमेय आहे, या अर्थाने गीता ही एक जैविक एकात्मता (organic unity) आहे. इतकेच नव्हे तर ती सौंदर्यात्मक एकात्मताही आहे. म्हणूनच या संदर्भात ज्ञानदेव अर्धनारीनटेश्वराचे आणि मोत्यांच्या एकावळीचे दृष्टान्त देतात. (१८.५१, ५६) अनेक मोत्यांनी हार बनतो परंतु त्यांची प्रभा एकच असते.

गीतेत वेगवेगळ्या स्थळी प्रसंगानुरूप, आवश्यकतेनुसार कार्यकारणभावाने अनेक सिद्धान्त येऊन गेलेले आहेत; आणि त्या-त्या स्थळी त्या-त्या सिद्धान्ताचे विवेचन ज्ञानदेवांनी तो जणू आपलाच सिद्धान्त आहे इतक्या तन्मयतेने केलेले आहे. परंतु गीता हे काही अशा अनेक सिद्धान्तांचे गाठोडे नाही किंवा ब्रह्मसूत्रांप्रमाणे पारंपरिक शास्त्रीय चर्चापद्धतीला अनुसरून केलेला सिद्धान्तसमन्वयही नाही. गीतेचा स्वत:चा असा एक महासिद्धान्त ज्ञानदेवांनी अभिज्ञात केलेला आहे. तो दाखवून गीतेमध्ये साद्यंत एकार्थच भरलेला आहे असे ते सांगतात.

जे ग्रंथाचा मध्यभागी। नाना अधिकार प्रसंगी।
निरूपण अनेगी। सिद्धान्ती केले।।
तरी तेतुलेही सिद्धान्त। इये शास्त्री प्रस्तुत।

हे पूर्वापर नेणत। कोण्ही जे मानी।।

तै महासिद्धान्ताचा आवाका। सिद्धान्तकक्षा अनेका।

भिडऊनी आरंभु देखा। संपवितु असे।। (ज्ञाने. १८.१२४०–४२)

आणि हा महासिद्धान्त म्हणजे ज्ञानप्राप्ती होऊन मोक्षाधिकार असतानाही कर्म आणि भक्ती खंडित होऊ न देणे हा आहे, असे त्यांचे प्रतिपादन आहे.

गीतेच्या विशिष्ट तत्प्रकारक तन्निष्ठ संवादात्मकतेचे विशिष्ट तर्कशास्त्र आहे (येथे तर्कशास्त्र हे नाव सोयीसाठी पत्करले आहे), हे मान्य केले असता सर्वसामान्य तर्कनियम आणि अन्वयार्थनियम टाकावे लागतात असे नाही, हे यापूर्वीच स्पष्ट केलेले आहे. विचार आणि भाषा या व्यवहारांचे कार्य किमान ९०% तरी या नियमांना अनुसरूनच होत असते. प्रश्न राहिलेल्या भागाचा आहे. तेथे या नियमांना मुरड घालावी लागते आणि हा भाग जीवनाच्या दृष्टीने अति महत्त्वाचा असतो. पहिल्या अध्यायापासून सतराव्या अध्यायापर्यंतचे अध्याय विचारात घेतले तर *जन्यजनकभावे। अध्याय अध्यायाते प्रसवे।।* असे ज्ञानदेव स्पष्टपणे म्हणतात. इतकेच नव्हे; अनेकदा अध्यायाच्या सुरुवातीला व शेवटी त्या अध्यायाचा पूर्वीच्या आणि नंतरच्या अध्यायांशी काय संबंध आहे, तो कसा निष्पन्न होतो हे दाखवण्याचा प्रयत्न करतात. ही संगती तर्कसंगतीच आहे; पण जेथे तर्कसंगती नाही तेथे ती ओढूनताणून आणण्याचा प्रयत्न करत नाहीत किंवा तो दोषही मानत नाहीत. जीवनव्यवहार हा तर्कापेक्षा व्यापक असतो हे त्यांना माहीत आहे आणि म्हणूनच तेथे ते जीवनशरण होतात. *युक्ती तव झाल्या कुंठित सकळा। राहिली ते कळा जीवनाची।* असे तुकाराममहाराजांनी म्हटले आहे, त्याची येथे आठवण होते. ज्ञानेश्वरी हे गीतेवरील मानवी जीवनाच्या अंगाने केलेले भाष्य आहे म्हणून त्यात ज्ञानासाठी कर्म वा भक्ती टाकण्यास सांगितले नाही. त्यात कर्म आहे, भक्ती आहे, सौंदर्यही आहे. ज्ञानदेवांची गीतासंगती ही एका अर्थाने मानवी जीवनाचीच संगती आहे.

■

२. आनंदवर्धन, अभिनवगुप्त आणि ज्ञानदेव

ज्ञानदेवांबद्दल महाराष्ट्रात अनेक गैरसमज प्रचलित आहेत. साहजिकच ज्ञानदेवविषयक चर्चाही अशाच गैरसमजांच्या आसपास घुटमळते किंवा गैरगृहीतकांवर उभी राहते. ज्ञानदेवांबद्दल लिहिणारे अथवा बोलणारे अभ्यासक पाहिले, तर काहींना ज्ञानदेव कवी होते असे वाटते. मग ज्ञानदेव कवी की तत्त्वज्ञ किंवा आधी तत्त्वज्ञ की कवी असे बाळबोध वाद उपस्थित होतात. दुसरे असे की, ज्ञानदेवांचा अभ्यास सहसा वाङ्मयाच्या वा भाषेच्या अंगाने, तसेच वाङ्मयाच्या वा भाषेच्या अभ्यासकांकडूनच झालेला असल्याने आणि अभ्यासकांचा हा वर्ग एखाद–दुसरा अपवाद वगळता तत्त्वज्ञानाच्या आणि सामाजिक शास्त्रांच्या वाटेला न जाणारा किंवा गेलाच तर दुय्यम स्वरूपाच्या साधनांवर अवलंबून राहणारा असल्यामुळे त्याच्यावर व पर्यायाने ज्ञानदेवांच्या अभ्यासावर कमालीच्या मर्यादा पडलेल्या आहेत. दुसऱ्या बाजूने विचार केला, तर तत्त्वज्ञानाच्या आणि सामाजिक शास्त्रांच्या अभ्यासकांनी ज्ञानदेवांकडे गांभीर्याने पाहिलेले आहे असे दिसून येत नाही. इतिहासाचार्य राजवाडे यांनी उपस्थित केलेल्या प्रश्नांच्या पलीकडे अजूनही इतिहासाचे अभ्यासक गेलेले नाहीत. तत्त्वज्ञानाच्या अभ्यासकांमध्ये काही मंडळी शंकराचार्यांच्या वेदान्ताच्या आहारी गेलेली; तर उरलेली पाश्चात्त्य तत्त्वज्ञानाच्या पगड्यामुळे ज्ञानांध होऊन बसलेली. या परिस्थितीत ज्ञानदेवांच्या विचारांवर अन्याय झाला नाही तरच नवल! इतकी वर्षे लोटली तरी ज्ञानदेवांच्या अभ्यासाला काहीएक निश्चित व फलप्रद दिशा लाभलेली आहे असे म्हणता येत नाही.

या निष्कर्षाची दुसऱ्या बाजूकडील एक अटळ निष्पत्ती अशी की, ज्ञानदेव मग एका बाजूला भाविकांकडून होणारा अद्भुतरम्य गौरव आणि दुसऱ्या बाजूला अर्ध्याकच्च्या अनभ्यस्त बुद्धिवाद्यांकडून होणारी उपेक्षा या कात्रीत सापडतात.

संस्कृतमधील साहित्यशास्त्र आणि तत्त्वज्ञान यांचे दडपण असणारे काही विद्वान असे आहेत, की ज्ञानदेवांना संस्कृत साहित्यशास्त्रातील संकल्पना माहीत होत्या किंवा त्यांचे आणि उदाहरणार्थ शंकराचार्यांचे अमुक काही ठिकाणी साम्य आहे एवढे

दाखवता आले की त्यांना त्यातच कृतकृत्यता वाटते. तात्पर्य, मोठेपणाच्या काही फूटपट्ट्या त्यांनी ठरवून टाकलेल्या आहेत आणि मोठेपण म्हणजे या फूटपट्ट्यांचा वापर होण्याची शक्यता असणे. प्रत्यक्ष मोजमाप करण्याच्या भानगडीत पडण्याची त्यांना कधी गरजही वाटत नाही. एका मोठ्या फूटपट्टीतील विस्तृत 'रेंज'मध्ये ज्ञानदेवांना कोठेतरी 'फिक्स' करून टाकणे हा त्यांचा उद्देश असतो. मतभेद होतात ते चारदोन इंच मागे की पुढे एवढ्यापुरते. मुळात या फूटपट्ट्यांचेही एकदा मापन व्हायला हवे असे कोणाला वाटलेले दिसत नाही.

माझ्या दृष्टीने ज्ञानदेवांच्या अभ्यासाचा पहिला रोख ज्ञानदेवांचे काव्य, काव्यशास्त्र, तत्त्वज्ञान, सौंदर्यशास्त्र यांचे भारतीय स्तरावर नेमके स्थान कोठे निश्चित करता येईल हा असला पाहिजे. या लेखात मी ज्ञानदेवांच्या *ज्ञानेश्वरी* या ग्रंथाचे मूल्यमापन संस्कृत साहित्याच्या व साहित्यशास्त्राच्या परिप्रेक्ष्यात, विशेषत: आनंदवर्धन आणि अभिनवगुप्त या थोर विचारवंतांच्या संदर्भात करण्याचे ठरवले आहे. अर्थात या दिशेने होऊ शकणाऱ्या अभ्यासाची ही फक्त सुरुवात आहे हे लक्षात ठेवावे.

ज्ञानदेव आणि उपरोक्त काश्मिरी पंडित यांचा संबंध काय, असाही प्रश्न कोणी उपस्थित केला, तर त्यात मला काही आश्चर्य वाटणार नाही. त्या काळातील वैचारिक दळणवळणाचा अभ्यास करणे खरोखरच गरजेचे आहे. काश्मिरात झालेल्या विचारमंथनाचे भान महाराष्ट्रात कितपत होते असा प्रश्न कोणी विचारला, तर त्याचे उत्तर ज्ञानदेवांच्या आणि विशेषत: इतरांच्याही ग्रंथांवरून देता आले पाहिजे हे मात्र मला मान्य आहे. ज्ञानदेवांना काश्मिरी शैव अथवा प्रत्यभिज्ञादर्शनाचे ज्ञान नाथपंथीय गुरुपरंपरेतून मिळाले होते, ही गोष्ट *अमृतानुभवा*वरून सिद्ध करता येते. पण माझ्यापुढील प्रश्न तत्त्वज्ञानाच्या संदर्भातील नसून तो साहित्यशास्त्राच्या व विशेषत: तत्त्वज्ञान आणि साहित्य/काव्य यांच्या संबंधाच्या संदर्भातील आहे. त्यामुळे बाळाचार्य खुपेरकर, पांडुरंग शर्मा किंवा ढवळे यांनी दिलेली उत्तरे मला अपुरी वाटतात.

ज्ञानदेवांच्या अगोदर महाराष्ट्रात आणि खुद्द यादवराजांच्या देवगिरीत शाङ्गर्देव आपल्या *संगीत रत्नाकर* या ग्रंथात ज्या साहित्यशास्त्रकारांचा (संगीत विशारदांचा) उल्लेख करतो त्यात रुद्रट, लोल्लट, उद्‌भट, श्रीशंकुक आणि महत्त्वाचे म्हणजे अभिनवगुप्त यांचा समावेश आहे. या पंडिताचे घराणे काश्मीरचे असून त्याचे आजोबा दक्षिणेत आले. त्याचे वडील सोढल सिंघण या यादवराजाचे आश्रित होते. याचा अर्थ असा होतो की, काश्मिरी साहित्यशास्त्र व ते ज्या आधारशिलेवर उभे होते ते प्रत्यभिज्ञादर्शन ही ज्ञानदेवकालीन महाराष्ट्रातील एक जिवंत वस्तुस्थिती होती.

ज्ञानदेवांचा आणि ज्ञानदेवीचा विचार या पार्श्वभूमीवर करावा लागतो तो यामुळेच.

ज्ञानदेवपूर्व काश्मीर हे तत्त्वज्ञान आणि साहित्यशास्त्र या दोन्ही शाखांमध्ये अतिशय विकसित आणि प्रगल्भ होते. बौद्ध, शैव आणि वैष्णव या तिन्ही संप्रदायांच्या आपापसांतील वैचारिक देवाणघेवाणीमुळे आणि परस्परप्रभावामुळे तेथील विचारधारा अत्यंत समृद्ध झालेली होती.

सुरुवात करताना आपण ती आचार्य आनंदवर्धन यांच्यापासून करू.

आनंदवर्धनांपूर्वीच भारतामध्ये भरतमुनींनी नाटकाच्या संदर्भात मांडलेला रससिद्धान्त प्रतिष्ठित होता हे वेगळे सांगण्याची गरज नाही. आनंदवर्धनांनी त्याला ध्वनिसिद्धान्ताची जोड दिली. रससिद्धान्त नाट्येतर कलांना व विशेषत: काव्याला लावण्याची सुरुवात मात्र आनंदवर्धनांच्या अगोदर झालेली दिसते.

रससिद्धान्त काव्याला लागू करणे याशिवाय रससिद्धान्तात पडलेली आणखी एक भर म्हणजे रसांची संख्या मुळात जी आठ होती, तिच्यात नवव्या म्हणजे शांतरसाचा समावेश. नववा रस मानण्याचे श्रेय बौद्ध विचारवंतांना व कलावंतांना दिले पाहिजे असे वाटण्यास जागा आहे. एकतर वैदिक देवतामंडळात शांतरसाचा आविष्कार होईल असे एकही दैवत दिसत नाही. बुद्धाचे चरित्र मात्र शांतरसप्रधान आहे असे कोणालाही वाटेल. अश्वघोषाची नाटके आणि काव्ये याला साक्ष आहेत. पण त्यापेक्षा महत्त्वाची गोष्ट म्हणजे श्रीहर्षकृत *नागानन्द* नाटकाला शांतरसप्रधान नाट्यकृती म्हणून स्वत: आनंदवर्धनांनी मान्यता दिलेली आहे हे *ध्वन्यालोका*वरून दिसून येते. अर्थात *नागानन्द* या नाटकाच्या अगोदरही त्याच प्रकारचे *लोकानन्द* हे चंद्रगोमीकृत आणखी एक नाटक अस्तित्वात होते त्याची दखल फारशी घेतली गेलेली दिसत नाही. शांतरसाचे सैद्धान्तिक समर्थन करण्याचे श्रेय माझ्या मते भरताच्या नाट्यशास्त्रावरील *अभिनवभारती* टीकेत अभिनवगुप्तांनी उल्लेखलेल्या राहुल या बौद्ध पंडिताकडे जाते.

आनंदवर्धन हे साहित्यशास्त्र आणि तत्त्वज्ञान या दोन्ही शाखांवर प्रभुत्व असलेले पंडित तर होतेच; परंतु ते स्वत: श्रेष्ठ कवीही होते आणि महत्त्वाची गोष्ट म्हणजे त्यांनी बौद्ध तत्त्वज्ञानाशी संवाद साधला होता. श्रेष्ठ बौद्ध तत्त्वज्ञ धर्मकीर्ती यांचा *प्रमाणवार्तिक* हा ग्रंथ प्रसिद्ध आहे. प्रमाणवार्तिकावर आचार्य धर्मोत्तर यांनी *प्रमाणविनिश्चियविवृती* लिहिली. या विवृतीवर आनंदवर्धनांनी टीका लिहिली. (ही टीका तिबेटी भाषेत उपलब्ध आहे.) सांख्य आणि वेदान्त (व बौद्धही?) या परंपरांचा संवाद–समन्वय साधण्यासाठी गौडपादांनी सांख्यकारिकांवर भाष्य लिहिले. त्यांच्या कृत्याची तुलना आनंदवर्धनांच्या या कृत्याशी करणे अधिक समर्पक

ठरेल. आनंदवर्धन हे बौद्ध आणि शैव या परंपरांच्या मध्यावर उभे राहतात. त्यांनी ध्वन्यालोक या ग्रंथामधून जो ध्वनिसिद्धान्त मांडला तोही मुळात बौद्धांचाच, असे एक मत आहे. पण तूर्त हा मुद्दा बाजूला ठेवू.[१]

काव्यातील अर्थ हा वाच्यार्थ किंवा लक्ष्यार्थ नसून तो ध्वन्यर्थ असतो असा आनंदवर्धनांचा सिद्धान्त आहे. अभिनवगुप्तांनी ध्वन्यालोकावर लोचन नामक टीका लिहून हा सिद्धान्त अधिक पुष्ट केला आणि रस व ध्वनी यांच्यामधील संबंध अधिक तपशिलात जाऊन दाखवून दिला.

आनंदवर्धन आणि अभिनवगुप्त यांनी काव्यार्थाची स्वायत्तता सिद्ध करण्याचे महत्त्वाचे कार्य केले. मीमांसक, नैयायिक यांच्यासारखे शब्दार्थविचार करणारे विचक्षण, काव्यार्थ हा दुसऱ्या कोणत्यातरी गोष्टीत अंतर्भूत करण्याचा प्रयत्न करत होते हे लक्षात घेतले, तर उपरोक्त आचार्यांच्या कार्याचे महत्त्व सहज पटावे.

आनंदवर्धन आणि अभिनवगुप्त यांचे कार्य एवढ्यावरच थांबत नाही. काव्यार्थाची स्वायत्तता प्रस्थापित करून त्यांनी आणखी एक मुद्दा मांडला आणि तो फारच महत्त्वाचा आहे. आनंदवर्धनांचीच भाषा वापरून सांगायचे झाले तर असे म्हणता येईल, की शास्त्रनय आणि काव्यनय यांच्यात विरोध नसून ते एकत्र नांदू शकतात हे त्यांनी लक्षात आणून दिले.

शास्त्राचे प्रयोजन व्युत्पत्ती आणि काव्याचे प्रयोजन प्रीती अशी तेव्हाची धारणा होती. साहजिकच शास्त्र हा बुद्धीचा प्रांत आणि काव्य हा भावनेचा प्रांत! शास्त्राभ्यासाने आनंद मिळणार नाही; तर काव्यस्वादाने ज्ञान मिळणार नाही!!

आनंदवर्धन आणि अभिनव यांचे असे म्हणणे होते की शास्त्र आणि काव्य, प्रीती आणि व्युत्पत्ती, किंवा ज्ञान आणि आस्वाद यांच्यामध्ये विरोध असायचे कारण नाही. काव्यामध्ये शास्त्र असणे शक्य आहे, किंबहुना आस्वाद घेताघेता ज्ञान मिळाले तर अधिक चांगले. या संदर्भात यांनी स्वामिसंमित, मित्रसंमित आणि

---

१. प्रत्यभिज्ञादर्शनाने बौद्धाचे तत्त्वज्ञान पचवले होते. आपल्या तत्त्वज्ञानाची मांडणी काश्मिरी शैवांनी होता होईल तेवढी बौद्ध तत्त्वज्ञानाच्या परिभाषेत आणि बौद्ध संकल्पना आणि तार्किक हत्यारे यांच्या साहाय्याने केलेली आहे. उत्पलदेव काय किंवा अभिनवगुप्त काय, धर्मकीर्तीला वारंवार उद्धृत करतात. ज्ञानदेवांना बौद्ध तत्त्वज्ञानाचा परिचय शैवांच्या माध्यमातून झालेला होता. त्यांनी बौद्ध तत्त्वज्ञानाचा उल्लेख गणेशरूपकात पुढीलप्रमाणे केलेला आहे –
एके हाती दंतु। जो स्वभावता खंडितु। तो बौद्धमतसंकेतु। वार्तिकाचा।। (ज्ञाने. १.१२)
येथे वार्तिक या शब्दाने ज्ञानदेवांना धर्मकीर्तीचा प्रमाणवार्तिक हा प्रसिद्ध ग्रंथ अभिप्रेत आहे. बौद्ध तत्त्वज्ञानाचा समावेश ज्ञानदेव आपल्या शब्दब्रह्मात करतात ही बाब फार महत्त्वाची आहे. ती त्यांना त्यांच्यावरील शैव संस्कारामुळेच शक्य झाली हे निर्विवाद.

जायासंमित या कल्पना मांडल्या. वेद हे स्वामीसारखे आदेश देतात, इतिहास, पुराणे मित्राप्रमाणे सलगीच्या स्वरूपात ज्ञान देतात; तर काव्य पत्नीप्रमाणे आनंद देतादेता ज्ञान देऊ शकते.[२]

महाभारत हा ग्रंथ आनंदवर्धन आणि अभिनवगुप्त यांनी शास्त्र व काव्य जिच्यात एकसमयावच्छेदेकरून आहेत अशी 'पॅरॅडाइम' कृती मानला. तो शास्त्र असल्याने त्यात ज्ञान आहे; तसेच तो काव्य असल्याने त्याचा अर्थ ध्वन्यर्थ आहे आणि रसाच्या अंगाने विचार केला तर शांत हा त्यातील अंगी किंवा प्रधान रस असून निर्वेद, तत्त्वज्ञान किंवा आत्मा हा स्थायीभाव आहे असे प्रतिपादन त्यांनी केले. ग्रंथातून मिळणारे ज्ञान अर्थातच मोक्षात पर्यवसित होणारे आत्मज्ञान असणार हे उघड आहे.

वास्तविक महाभारत हे एक अरण्य आहे. आनंदवर्धन आणि अभिनवगुप्त यांच्यापैकी कोणीही या महाकृतीवर टीकाग्रंथ किंवा तात्पर्यनिर्णयात्मक ग्रंथ लिहून आपले म्हणणे सिद्ध करण्याचा प्रयत्न केलेला नाही. त्यांचा एतत्संबंधीचा विचार फारच त्रोटक आणि स्थूल आहे.

महाभारताचे राहू द्या; परंतु महाभारताचा जो कणा मानला जातो त्या भगवद्गीतेच्या संदर्भात जरी (१) तिचा ध्वन्यर्थ उलगडणारी टीका लिहिणे, (२) तिच्यातील रसभावांचा विचार करून तिच्या अंगी रस शांत असून स्थायीभाव तत्त्वज्ञान/आत्मा आहे, आणि (३) ती शास्त्रही असल्याने तिने आत्मज्ञान होते, एवढे तीन मुद्दे दाखवून देता आले असते तर बरे झाले असते. भगवद्गीतेतील 'या निशा सर्वभूतांना–' हा श्लोक ध्वन्यर्थाचे उदाहरण म्हणून आनंदवर्धन उद्धृत करतात. परंतु प्रश्न एखाद–दुसऱ्या श्लोकाचा नाही. आनंदवर्धनांनी भगवद्गीतेवर टीका लिहिली, ती दुर्दैवाने उपलब्ध नाही; परंतु या टीकेत त्यांनी उपरोक्त तीन गोष्टी दाखवून दिल्या नसाव्यात हीच शक्यता जास्त आहे. कारण अभिनवगुप्तांनी गीतेवर लिहिलेली टीका उपलब्ध आहे. तिच्यातही या मुद्द्यांना स्पर्श केलेला नाही.

---

२. शास्त्र आणि काव्य यांना अशा प्रकारे एकत्र नांदवण्याचे आणि त्या नांदण्याचे तात्त्विक समर्थन देण्याचे कार्यही अगोदर बौद्धांनीच करून ठेवलेले दिसते. या संदर्भात बौद्ध कवी-तत्त्वज्ञ अश्वघोष यांचे प्रतिपादन महत्त्वाचे ठरते. ज्ञानदेवांनी किंवा नंतरच्या कोणत्याही वारकरी संताने उपनिषदांवर भाष्ये लिहिली नाहीत. तुकोबांच्या शिष्या संत बहिणाबाई यांनी मात्र अश्वघोषाच्या *वज्रसूचि* या ब्राह्मण्यावर हल्ला चढवणाऱ्या उपनिषदावर अभंगात्मक भाष्य लिहिले. बहिणाबाईंना कदाचित ही कृती बौद्धाचार्य अश्वघोषाची आहे हे माहीत नसण्याचीही शक्यता आहे; पण मुद्दा तो नाही. *वज्रसूचि* हे वारकऱ्यांना मान्य असलेले 'टेक्स्ट' होते आणि निदान ज्ञानदेवांच्यापर्यंत तरी ते अश्वघोषाचे आहे हे ठाऊक असणार. या स्मृती पुढे पुढे क्षीण झाल्या.

आनंदवर्धनांनी जर उपरोक्त पद्धतीने गीतेचा अर्थ लावला असता तर अभिनवगुप्त नक्कीच त्याला अनुसरले असते, निदान त्याचा उल्लेख तरी त्यांनी केला असता.

याचा अर्थ असा होतो की आनंदवर्धन आणि अभिनवगुप्त (दोघे कवी असूनही) त्यांचे विवेचन केवळ सैद्धान्तिक स्तरावरच राहिले. कसे असेल किंवा कसे असायला हवे याची त्यांना जाणीव जरूर झाली; परंतु तसे आहे हे त्यांना प्रत्यक्षात दाखवून देता आले नाही.

या पार्श्वभूमीवर आता ज्ञानदेवांनी ज्ञानेश्वरीत नेमके काय केले हे पाहिले, तर ज्ञानदेवांचे भारतीय साहित्यिक आणि तात्त्विक परंपरेत नेमके कोणते स्थान आहे आणि ते किती मोठे होते हेही समजून येईल.

आनंदवर्धन आणि अभिनवगुप्त यांना जे अभिप्रेत होते, परंतु जे त्यांना स्वतःला करता आले नाही ते ज्ञानेश्वरांनी केले. आणि त्याहीपेक्षा महत्त्वाची बाब अशी की, साहित्यशास्त्रीय आणि तात्त्विक परिभाषेने समृद्ध असलेल्या संस्कृत भाषेत ते करणे अधिक सोपे असूनही ज्ञानदेवांनी ते जाणीवपूर्वक एका नव्या भाषेत करून दाखवले (युद्धाचा हिंसक संदर्भ वगळून). अभिमन्यू कौरवांच्या शस्त्रास्त्रांपेक्षा कमी प्रतीची शस्त्रास्त्रे वापरून चक्रव्यूहाचा भेद करून जिवंत बाहेर पडला असता, तर त्याची उपमा ज्ञानदेवांना देता आली असती.

हा परिणाम ज्ञानदेवांनी नेमका कसा साधला याचे आता थोडक्यात विवेचन करतो.

पहिली गोष्ट शास्त्र आणि काव्य यांच्याबद्दल. ज्ञानदेवांच्या मते गीता हे अध्यात्मशास्त्र आहे व काव्यही आहे. त्यात ज्ञान आहे आणि रसही आहे. ही गोष्ट ज्ञानेश्वरीत वेगवेगळ्या ठिकाणी त्यांनी सांगितली आहेच; पण महत्त्वाची बाब अशी की ज्ञानेश्वरीच्या पहिल्याच ओवीत त्यांनी हे सूचित केलेले आहे. ही ओवी नमनाची आहे –

ॐ नमो जी आद्या। वेदप्रतिपाद्या। जय जय स्वसंवेद्या। आत्मरूपा।।

ही ओवी ज्ञानेश्वरी उलगडण्याची किल्लीच हाती देते. किंबहुना दोन किल्ल्या देते, असे म्हणणे अधिक उचित ठरेल.

आद्य आत्मरूपाच्या बाबतीत ज्ञानदेव दोन विशेषणे वापरतात, 'प्रतिपाद्य' आणि 'स्वसंवेद्य'. आत्म्यासंबंधीची म्हणजे तात्त्विक शास्त्रे आत्म्याची चर्चा करतात, प्रतिपादन करतात. त्यातील वेद हे अधिक प्रमाणभूत शास्त्र म्हणून ज्ञानदेव आत्म्याला वेदप्रतिपाद्य म्हणतात. हा ज्ञानाचा, चर्चेचा, व्युत्पत्तीचा व्यवहार होय.

परंतु आत्म्यासंबंधी फक्त ज्ञानाचाच व्यवहार होतो असे नाही. आत्मा जसा

प्रतिपादनाचा विषय आहे, तसाच तो आस्वादनाचाही विषय होऊ शकतो. वेगळ्या शब्दांत सांगायचे म्हणजे आत्म्याचे काव्यही शक्य आहे, रसप्रतीतीही शक्य आहे. स्वसंवेद्यता ही संकल्पना अशा प्रकारे सौंदर्यशास्त्रीय आहे. धनंजय या नाट्यमीमांसकाचा *दशरूपक* हा ग्रंथ आणि त्यावरील धनिकाची *दशरूपावलोक* ही टीका आणि तिच्यावरील भट्टनरसिंह याची लघुटीका यावरून (१.६) मी म्हणतो ते सहज स्पष्ट व्हावे.

आत्म्यासंबंधी शास्त्र व काव्य, आकलन आणि आस्वादन, ज्ञान आणि रस, व्युत्पत्ती आणि प्रीती ही दोन्ही शक्य आहेत; इतकेच नव्हे तर हे दोन्ही व्यवहार एकाच ग्रंथात घडणे शक्य आहे. भगवद्‌गीता हा तो ग्रंथ आहे आणि ज्ञानेश्वरी हे भगवद्‌गीतेचा असा अर्थ लावणारे भाष्य आहे, हे ज्ञानदेव पहिल्याच ओवीत सांगतात. दुर्दैवाने स्वसंवेद्यता ही संकल्पना पुरेशी गांभीर्याने घेतली गेली नाही, किंबहुना दुर्लक्षिली गेली. परिणामत: आस्वादन हे प्रतिपादनातच विरघळून टाकण्यात आले किंवा ते बिनमहत्त्वाचे म्हणून त्याची उपेक्षा करण्यात आली. ज्ञानेश्वरीत (म्हणजे गीतेतही) आत्मस्वरूपाची रसप्रतीती किंवा भोग आहे. *'संवादाचेनी मिषे। जे अव्यवहार्य वस्तु असे। तेचि भोगिजे की जैसे। दर्पणी रूप।।'* असे ज्ञानदेवांनीच म्हटले आहे. कृष्ण आणि अर्जुन हे दोघेही आत्मस्वरूपाचा भोग घेत आहेत अशी ज्ञानदेवांची संदर्भातील भूमिका आहे.[३]

गीता हे काव्य आहे ही भूमिका घेतल्यावर ते अस्सल काव्य असल्यामुळे त्याचा अर्थ ध्वन्यर्थ असला पाहिजे अशी अपेक्षा निर्माण होते व गीतेचा अर्थ लावताना तो ध्वन्यर्थाच्या पद्धतीने लावला पाहिजे ही जबाबदारी ज्ञानदेवांवर येते. काव्याचा

---

३. आस्वाद आणि आकलन यांचे एकत्रीकरण हे वारकरी संप्रदायाचेच वैशिष्ट्य आहे. *नाचू कीर्तनाचे रंगी। ज्ञानदीप लावू जगी।।* असे नामदेवांनी म्हटले आहे ते याच भूमिकेचे उच्चारण आहे. येथे कीर्तन हे केवळ ज्ञानदानाचे सोयीस्कर किंवा प्रभावी माध्यम नाही, तर ती एक आस्वादप्रक्रिया आहे. खरे म्हणजे ज्ञानदेवादींची विश्वाकडे पाहण्याची दृष्टीच एक सौंदर्यदृष्टी आहे (ती 'शिवदृष्टी' तर आहेच). यामागे प्रत्यभिज्ञा तत्त्वज्ञानाची बैठक आहे. परमार्थत: परमब्रह्मच सत् असे मानणाऱ्या अद्वैत वेदान्त्याच्या भूमिकेशी येथे विरोध नाही; पण फरकाचा मुद्दा सूक्ष्म आणि महत्त्वाचा आहे. विश्व हा विवर्त नसून विलास आहे. परमात्मा किंवा परशिव याने रचलेले विश्व हे नाटक आहे. तो नट आणि रसिकही आहे. एका दृष्टीने नाटकातील नटाचे 'नटणे' हा भ्रमच असतो; परंतु हा भ्रम दोरीवर भासणाऱ्या सर्पापेक्षा वेगळ्या प्रकारचा आहे. सर्पभ्रम हा ज्ञात्याच्या अनिच्छेने झालेला असतो व त्यापासून जेवढ्या लवकर सुटका होईल तेवढे बरे. नाटकातला भ्रम स्वेच्छाजन्य असतो; आनंदकारक असतो. विश्वनाट्याची उदाहरणार्थ, कृष्ण आणि अर्जुन यांचे द्वैत असण्याची (कारण ज्ञानदेवांच्या मते कृष्णच अर्जुनरूपाने 'नटलेला' आहे. रसप्रतीतीसाठी नटलेला आहे) गरज परमात्मा आणि जीव या दोघांनाही आहे. येथे गरज शब्द तितकासा योग्य नाही; पण त्याला इलाज नाही.

अर्थ ध्वन्यर्थ असतो हे ज्ञानदेवांनी पहिल्या अध्यायाच्या सातव्या ओवीत स्पष्ट केलेले आहे.

देखा काव्य नाटका। जे निर्धारिता सकौतुका।
त्याचि रुणझुणती क्षुद्रघंटिका। अर्थध्वनी।।

असे ज्ञानदेव लिहितात तेव्हा त्यांनी आनंदवर्धनांचा ध्वनिसिद्धान्त एका ओवीत सांगितलेला आहे हे लक्षात घ्यावे. वाच्यार्थातून वाच्यार्थ बाधित न करता ध्वन्यर्थ कसा निर्माण होतो हे स्पष्ट करताना आनंदवर्धन घंटीच्या अनुरणनाचे मॉडेल वापरतात. तेच ज्ञान ज्ञानदेवांनी येथे वापरले आहे. रुणझुण म्हणजे अनुरणन किंवा अनुस्वनन आणि अर्थध्वनी म्हणजे ध्वन्यर्थ.

गीतेवरील इतर टीका आणि ज्ञानेश्वरी यांच्यातील महत्त्वाचा भेद हाच होय. इतर भाष्यकार गीतेला एक शास्त्रीय ग्रंथ समजून शब्दांच्या व्युत्पत्तींचा आश्रय घेतात, कोशातील अर्थ देतात. गीतेमधील श्लोकांचा अन्वयार्थ पदपद्धतीने लावतात. ज्ञानदेवांची पद्धत वेगळी आहे, ते गीतेला काव्य मानतात. काव्याचा अर्थ हा ध्वनितार्थ असतो. तो पदच्छेद करून, व्युत्पत्ती देऊन सांगता येत नाही, तर विभावअनुभाव दाखवून[४], रसनिर्मिती करून सांगावा लागतो. असे करताना एखाद-दुसरा श्लोक वगळणे गरजेचे भासते, नवीन प्रसंग निर्माण करावे लागतात. कधीकधी हा अर्थ वाच्यार्थाच्या (वामन पंडितांच्या शब्दांत यथार्थाच्या; वामन पंडितांना ज्ञानदेवांची पद्धत मुळीच मान्य नव्हती. ज्ञानदेवांच्या *भावार्थदीपिकेच्या* विरोधात त्यांनी *यथार्थदीपिका* लिहिली.) अगदी विरुद्ध असतो. सहाव्या अध्यायात मूळ गीतेत (म्हणजे गीतेच्या वाच्यार्थात) नसलेला कुंडलिनी योग ज्ञानदेवांनी ज्ञानेश्वरीत विशद केला. कशाच्या आधारे? ज्ञानदेव म्हणतात की मी 'ध्वनितांचे केणे' उलगडत आहे.

काव्यातील (सौंदर्ययुक्त) अर्थ हा रसातून निष्पन्न होतो किंवा रसाशिवाय अर्थनिष्पत्तीच होत नाही ('*नहि रसादृते कश्चिदर्थ: प्रवर्तते*' – भरतमुनी). रस हे भावांमधून निर्माण होतात. म्हणजे भाव-रस-(ध्वनी) अर्थ अशी ही प्रक्रिया आहे. '*वाची बरवे कवित्व। कवित्वी बरवे रसिकत्व। रसिकत्वी परतत्त्व। स्पर्शु जैसा।*' ही ज्ञानदेवांची ओवी नेहमीच उद्धृत करण्यात येते. काव्यातून आपण मोक्ष नावाचे परतत्त्व सांगत असल्याचे प्रतिपादन ज्ञानदेवांच्या अगोदर फार पूर्वी बौद्ध तत्त्वज्ञ कवी अश्वघोष यांनी केलेले आहे. ('*काव्यव्याजेन तत्त्वकथयितमिह मया मोक्ष: परिमिती।*'

---

४. *भावार्थदीपिके*चे दुसरे अन्वर्थक नाव *ध्वन्यर्थदीपिका* असे म्हणता येईल.

सौंदरनंद, १८.६३–६४). ज्ञानदेवांना हे अभिप्रेत आहेच; पण ज्ञानदेवांच्या या ओवीत निखळ काव्यशास्त्रीय तत्त्व सांगणारा ध्वन्यर्थही आहे, हे लक्षात ठेवले पाहिजे. तत्त्व शब्दाचा अर्थ आत्मा आणि (तत्त्व शब्द आत्मवाचक असून) ध्वनी हाच काव्याचा आत्मा (म्हणजे तत्त्व) ही गोष्ट आनंदवर्धनांनीच स्पष्ट केलेली आहे. वाचेत (वाङ्मयात) काव्य, काव्यात रसत्व (रस) आणि रसात ध्वनी (अर्थ) अशी ही ज्ञानदेवकृत श्रेणी आहे. हेच ज्ञानदेवांचे (थोडक्यात) काव्यशास्त्र आहे.

कृष्ण आणि अर्जुन यांच्या संवादांचा अर्थ सांगताना ज्ञानदेव भाव आणि रस यांचे विवेचन करतात हे मी अगोदरच सांगितले आहे. आनंदवर्धन आणि अभिनवगुप्त यांनी महाभारताचा मुख्य रस शांत असल्याचे प्रतिपादन केलेले होते. ज्ञानदेव हा मुद्दा गीतेच्या संदर्भात दाखवून देतात. 'शांतुचि अभिनवैल' या इराद्यात ज्ञानदेवांनी आचार्य अभिनवगुप्तांचे नाव मोठ्या खुबीने गुंफिले आहे. (प्राकृत मानली गेलेली) देशी भाषा मी इतकी 'नागर' बनवीन की (तिच्या साहाय्याने) शांतरस शृंगाराला जिंकेल, शृंगाराच्या माथी पाय ठेवील, असे ज्ञानदेव आत्मविश्वासपूर्वक सांगतात. शांतरसाबरोबर इतर रसांचाही परिपोष गीतेमध्ये आहे. अकराव्या अध्यायात शांताच्या घरी अद्भुत पाहुणा आलेला आहे व इतर रसांनाही त्यामुळे मान मिळाला आहे, असे ज्ञानदेव सांगतात.

ज्ञानदेवांच्या रसभावनिर्मितीबाबत स्वतंत्रपणे विवेचन करता येण्यासारखे आहे; पण तो या लेखाचा उद्देश नाही. ज्ञानदेव गीता हा शांतरसप्रधान ग्रंथ असल्याचे दाखवतात, हाच मुद्दा येथे प्रतिपाद्य आहे.[५]

गीतेला काव्यग्रंथ मानल्यामुळे साहजिकच ज्ञानदेवांना अपेक्षित असलेला श्रोता रसिक व सुमनस आहे. हळुवार अंतःकरणाचा आहे. त्याने ही कथा 'अनुभवावी'

---

५. ज्ञानेश्वरीत शांतरसाचा परिपोष होणार आहे हेसुद्धा ज्ञानदेवांनी मंगलाचरणातच सुचवले आहे. गणेशाच्या दातांचा वर्ण शुभ्र आहे असे ते सांगतात. खरे म्हणजे रंगच सांगायचा झाला तर स्वतः गणेशाचाच सांगितला असता, तर ते मूर्तिविज्ञानाला आणि परंपरेला धरून झाले असते; पण गणेशाचा वर्ण शुभ्र नाही. ज्ञानदेवांना शुभ्र वर्णाचा उल्लेख करायचा आहे; कारण तो शांतरसाचा वर्ण मानण्यात आलेला आहे. वैदिक परंपरेत शांतरस नसल्याने शांतरसाची देवताही नव्हती हे उघड आहे. काही शांतवादी बुद्धाला शांतरसाची देवता मानतात (प्रयोगारंभी त्या–त्या रसाच्या देवतेचे पूजन करण्याची पद्धत होती) असे अभिनवगुप्त *अभिनवभारतीत* सांगतात. बुद्धाचा व शांतरसाचा संबंध अतूट आहेच. पुढे वैदिक परंपरेत ही उणीव भरून काढण्यासाठी नारायण ही शांतरसाची देवता मानण्यात आली; परंतु नारायण ही ऐतिहासिक देवता नव्हे, हे लक्षात ठेवले पाहिजे. अमरकोश बुद्धाचे एक नाव विनायक असे सांगतो याचीही दखल घेतली पाहिजे. ज्ञानेश्वरातील बुद्ध–विनायक–गणेश यांच्यातील दुवा ज्ञानदेवांनी उल्लेखलेल्या शुभ्र वर्णाने सांधता येतो. (१.१५)

असे ज्ञानदेव म्हणतात. नामदेवही 'एक तरी ओवी अनुभवावी' असे सांगतात.[६] गीतेच्या (व ज्ञानेश्वरीच्याही) श्रोत्यांची प्रतिक्रिया 'चमत्कार' या शब्दाने ज्ञानदेव व्यक्त करतात. चमत्कार हा आकलनाचा भाग नसून सौंदर्याच्या आकलनाचा भाग आहे. गीता हे काव्य असल्याने ते नित्यनूतन आहे. गीतेबद्दल श्रवण करताना भवानी शिवाला 'चमत्कारून' प्रश्न करते. अर्जुन कृष्णाचे बोलणे ऐकून 'चमत्कारतो'. हा सर्व आत्मतत्त्वाच्या आस्वादाचा प्रकार आहे आणि हा आस्वाद रसनिर्मितीशी संबंधित आहे.

ज्ञानदेवांना शास्त्र आणि काव्य यांचे सामरस्य अभिप्रेत आहे. त्यांच्याच पद्धतीचा उपयोग करून एखादी उपमा द्यायची झाली तर असे म्हणता येईल की साखरेचा आस्वाद घेत असतानाच म्हणजे तिची गोडी चाखताचाखताच तिची रासायनिक घटना, तिचे गुणधर्म, ती कशी निर्माण होते इत्यादी गोष्टींचे ज्ञान झाले असते, म्हणजेच साखरेचे ज्ञान आणि आस्वाद यांचे सामरस्य निर्माण झाले असते, तर त्याची उपमा येथे देता आली असती.

खरे म्हणजे ज्याला आपण भक्ती म्हणतो तो एक प्रकारचा आस्वादच आहे. सौंदर्याचा व्यवहार आहे. ज्ञानदेव ज्या पातळीवर उभे आहेत त्या पातळीवर ज्ञान व सौंदर्य यांच्यात विरोध राहत नाही. लोकमान्य टिळकांनी *गीतारहस्य* लिहून ज्ञान आणि कर्म यांच्यात अविरोध असल्याचे प्रतिपादन केले हे आपणास ठाऊक आहेच. ज्ञानदेवांच्या तत्त्वज्ञानात त्याही पुढे जाऊन ज्ञान, कर्म आणि आस्वाद यांचा अविरोध आहे. ज्ञानदेवांची जीवनदृष्टी ही अशा प्रकारची सम्यक् जीवनदृष्टी आहे. या बाबतीतही ती अभिनवगुप्तांच्या शैवदृष्टीशी जवळ येणारी आहे.

ज्ञानदेवांची आणि ज्ञानेश्वरीची भारतीय परंपरेतील स्थाननिश्चिती किंवा 'प्लेसमेंट' ही ज्ञानदेव अभ्यासातील एक अतिशय महत्त्वाची बाब आहे. ती चुकली तर *'तुका म्हणे चुकले वर्म। केला शीण होय तो।।'* असे होण्याची शक्यता आहे. तो होऊ नये म्हणून आनंदवर्धन–अभिनवगुप्त या परंपरेत त्यांची स्थाननिश्चिती करण्याचा हा यथामती प्रयत्न आहे. ही केवळ एक दिशा आहे. प्रवासाची सुरुवात आहे.

∎

---

६. एका बाजूला मुकुंदराज आणि चक्रधर रसनिर्मिती ज्ञानाच्या विरोधी आहे असे मानत होते. चक्रधरांनी कधी काव्य केले नाही. मुकुंदराजांनी काव्याचा आश्रय घेतला; पण तो केवळ नाइलाजाने, माध्यम म्हणून. आपण रसनिर्मिती करणार नाही असे ते बजावून सांगतात. ज्ञानदेव मात्र ज्ञानास्वादसमुच्चयवादी आहेत. ज्ञानकर्मसमुच्चयवादी तर ते आहेतच. त्यांच्या एकूण भूमिकेचे वर्णन ज्ञानकर्मआस्वादसमुच्चयवाद किंवा त्याहीपेक्षा अधिक चांगले म्हणजे ज्ञानकर्मआस्वादसामरस्यवाद असे करता येईल.

३. ज्ञानेश्वरीतील मातृसंमित

श्रीज्ञानेश्वरमहाराजांनी आपली गीताटीका *ज्ञानेश्वरी* मराठी भाषेत लिहिली. संस्कृतेतर भारतीय भाषांतील *ज्ञानेश्वरी* ही पहिली गीताटीका होय; आणि विशेष म्हणजे ज्ञानेश्वरमहाराजांनी गीतेवर मराठीत लिहिण्याचा जो पायंडा पाडला त्यामुळे गीतेवर मराठीत जेवढे लिखाण झाले, तेवढे कोणत्याही भारतीय भाषेमध्ये झालेले नाही.

ज्ञानेश्वरमहाराजांनी मराठीत टीका लिहिली. शेवटीशेवटी 'भाष्यकारांते वाट पुसतु' असा उल्लेख करून आपण संस्कृत गीताभाष्यांचे अध्ययन केले असल्याचे सुचवले आहे. तसेच अनुभवामृताचे पहिले काही श्लोक त्यांनी संस्कृतमधून लिहिले. यामागचा त्यांचा उद्देश स्पष्ट आहे. महाराजांच्या समकालीन शास्त्रीपंडितांनी (व नंतर आजच्या संशोधकांनीही) त्यांनी संस्कृत ग्रंथ पाहिले होते की नव्हते किंवा त्यांना संस्कृत येत होते की नव्हते अशी चर्चा केली असती. शिवाजीमहाराजांच्या हातचे पत्र सापडत नाही तोपर्यंत त्यांना लिहितावाचता येत नव्हते असे समजले पाहिजे, असा युक्तिवाद महाराष्ट्राला काही अपरिचित नाही.

ज्ञानेश्वरमहाराजांनी ज्ञानेश्वरी मराठीत लिहून मराठी भाषेवर व मराठी भाषा बोलणारांवर मोठे उपकार केले हे वेगळे सांगण्याची गरज नाही. परंतु या संदर्भात एक गोष्ट लक्षात ठेवली पाहिजे की, त्यांच्या या निवडीने त्यांनी मोठा त्याग केलेला आहे. आपले ग्रंथ संस्कृतात लिहिले तर त्यांना मोठे व्युत्पन्न पंडित, कवी अशी प्रतिष्ठा लाभली असती. ज्ञानेश्वरी ही मराठीत असल्यामुळे संस्कृतच्या अभ्यासकांनी व शास्त्रीपंडितांनी गंभीरपणे किंवा सहानुभूतीने पाहणे अशक्यप्रायच. ज्ञानेश्वरमहाराजांचे हे कृत्यच त्यांच्या लेखी निषेधार्ह होते. बरे, मराठीच्या अभ्यासकांपैकी ज्यांना संस्कृत मुळीच समजत नाही त्यांना ज्ञानेश्वरीचा विचार संस्कृत परंपरेच्या पार्श्वभूमीवर करताच येत नाही. ज्यांना संस्कृतचे थोडेफार ज्ञान आहे, त्यांना एक तर संस्कृतविषयीचा एक भयगंड असल्यामुळे म्हणा, मराठीविषयीचा न्यूनगंड असल्यामुळे म्हणा किंवा पूर्वसंस्कारांच्या छायेतून पूर्णपणे बाहेर निघणे अवघड

असल्यामुळे म्हणा, त्यांनी ज्ञानेश्वरमहाराज आणि प्राचीन संस्कृत तात्त्विक वा काव्यपरंपरा यांच्यामधील साम्यस्थळे शोधण्यात किंवा ज्ञानेश्वरमहाराजांनी अमुकतमुकाचे अनुकरण केले आहे असे सिद्ध करण्यात किंवा ज्ञानेश्वरमहाराजांना अमुक एक गोष्टी माहीत होत्या असे पटवून देण्यातच धन्यता मानली. या सर्व प्राचीन संस्कृत तात्त्विक आणि काव्यशास्त्रीय परंपरेत ज्ञानेश्वरमहाराजांचे नेमके स्थान कोणते, या परंपरेला त्यांचे नेमके योगदान कोणते असा विचार मात्र कोणी केला नाही. ज्ञानेश्वरी हे बोलूनचालून बायाबापड्यांसाठी, ज्यांना संस्कृत समजत नाही, समजून घेण्याचा अधिकार नाही किंवा सामर्थ्य नाही अशांसाठी केलेले गीतेचे मराठी सुलभीकरण ही ज्यांची भूमिका, त्यांच्याकडून अधिक अपेक्षा करणे हे खरे म्हणजे त्यांच्यावर अन्याय करण्यासारखे आहे.

ज्ञानेश्वरमहाराजांची मराठी रचनेकडे बघण्याची दृष्टी आणि इतर प्राचीन मराठी कवींची मराठी रचनेकडे पाहण्याची दृष्टी यांच्यामधील फरक या संदर्भात ध्यानात घेणे आवश्यक आहे. मुकुंदराजांनी मराठीत लिहिले खरे; पण मराठीच्या उपयोगासंबंधी त्यांची भूमिका स्पष्टच सांगायचे म्हणजे आक्रमक नसून अपराधीपणाची आहे; आग्रहाची नसून आर्जवाची आहे. रत्न चिंधीत बांधून दिले म्हणून रत्नासाठी चिंधीचाही स्वीकार करावा लागतो, तसा वेदान्तासाठी आमच्या मराठीचा स्वीकार करा असे ते विनवतात. (समर्थ रामदासस्वामींची भूमिकासुद्धा मुकुंदराजांच्या जवळची आहे.) ज्ञानेश्वरमहाराज मात्र मराठीच्या बाबतीत पैज लावून बोलतात. मुकुंदराजांसारखे बोलायचे तर त्यांनी मराठीला रेशमी किंवा जरीचे महावस्त्र म्हटले असते. 'जैसा वायसी चंद्रु नोळखीजे। तैसा प्राकृती हा ग्रंथु नेणिजे।' असे ते म्हणतात. यातील सूचितार्थ लक्षात घ्यायला हवा. ज्ञानेश्वरमहाराजांना अभिप्रेत असलेला श्रोता उच्च अभिरुचीसंपन्न अभिजात रसिक श्रोता आहे आणि रसिकतेचा संबंध चित्तवृत्तीशी आहे, भाषेशी नाही. त्यानुसार केवळ मराठी जाणणारासुद्धा रसिक असू शकतो; तर दुसऱ्या बाजूला संस्कृत पंडितसुद्धा 'प्राकृत' असू शकतो. संस्कृत सुसंस्कृत असणे आणि प्राकृत असणे या गोष्टीचा संबंध, संस्कृत बोलणे वा प्राकृत बोलणे या गोष्टीशी नाही. थोडक्यात, *ज्ञानेश्वरी* हा ग्रंथ केवळ मराठीत आहे म्हणून त्याला दुय्यम लेखणे किंवा तो फार तर चांगली प्रतिकृती असेल असे समजणे योग्य नाही. त्याचा विचार संस्कृत परंपरेच्या पार्श्वभूमीवरच व्हायला हवा व एक स्वतंत्र कृती म्हणून व्हायला हवा, तरच त्याचे स्थान समजेल. त्याच्यातील अपूर्व म्हणजे नावीन्य समजेल व त्याचे महत्त्वही समजेल.

भारतीय संस्कृत काव्यपरंपरेचा विचार केला तर असे दिसून येते की, या

परंपरेतील सर्वांत प्रभावी प्रवाह हा भरतमुनी–आनंदवर्धन–अभिनवगुप्त हा आहे. तेव्हा ज्ञानेश्वरमहाराजांचा विचारही या परंपरेच्या पार्श्वभूमीवर आणि तुलनेत करणे अधिक स्वाभाविक आहे. तसेच ते आणखी एका कारणामुळे औचित्यपूर्णही आहे. ज्ञानेश्वरमहाराजांची तात्त्विक परंपरासुद्धा आनंदवर्धन–अभिनवगुप्तांसारखी काश्मिरी शैव परंपराच आहे. पण हा वेगळा मुद्दा झाला. या लेखापुरता आपला संबंध मुख्यत्वे काश्मिरी काव्यशास्त्रीय विचारांशी आहे.

आनंदवर्धन या काश्मिरी आचार्यांनी शास्त्र आणि काव्य यांच्यामधील साम्यभेदांचा सूक्ष्म विचार केलेला होता. त्यांच्या *ध्वन्यालोक* या ग्रंथातून–त्याचप्रमाणे अभिनवगुप्त यांच्या *ध्वन्यालोका*वरील *लोचन* या टीकेत हा विचार आढळून येतो. आनंदवर्धनांच्याच *तत्त्वालोक* या दुसऱ्या एका ग्रंथातही ही चर्चा असावी; परंतु सदर ग्रंथ आज उपलब्ध नाही.

वेदशास्त्रे व इतिहासपुराणे माणसाला पुरुषार्थाचा उपदेश करतात; परंतु त्या प्रत्येकाची उपदेशाची शैली वेगळी असते. या शैलीचे स्पष्टीकरण उपमांच्या साहाय्याने करताना उपरोक्त साहित्यशास्त्रकारांनी वेद आणि इतिहास यांच्याबरोबरीने काव्याचाही विचार केला. वेद हे प्रभुसंमित होय; इतिहास मित्रसंमित, तर काव्य हे जायासंमित होय.

वेदांच्या आज्ञेची तुलना प्रभूच्या म्हणजे राजाच्या आदेशाशी करता येते. तेथे दुसरा पर्याय नसतो, ती ऐकावीच लागते. आवडो अथवा न आवडो, तिच्यामागची भूमिका समजो अथवा न समजो, किंबहुना चुकीची वाटली तरीही ती पाळावीच लागते. तसेच वेदांच्या बाबतीत शब्दांना महत्त्व असते.

इतिहासाचे मात्र वेगळे आहे. इतिहासात शब्दांपेक्षा अर्थाला प्राधान्य असते. विशेष म्हणजे इतिहासातून मिळणारा उपदेश हा मित्राच्या सल्ल्यासारखा असतो म्हणून ते मित्रसंमित होय. इतिहासात गोष्टी वगैरे असतात व या गोष्टींद्वारे कसे वागावे, कसे वागू नये याचे धडे मिळतात. अर्थात हे धडे वेदांच्या आज्ञांप्रमाणे बंधनकारक नसतात.

काव्याच्या बाबतीत मात्र वेगळाच प्रकार दिसून येतो. काव्यात सौंदर्यप्रतीती आणि आनंदप्राप्ती असते. ती वेदात किंवा इतिहासात नसते. म्हणून काव्यातून मिळणाऱ्या ज्ञानाला जायासंमित असे म्हटले आहे. पत्नी ज्याप्रमाणे पतीला सुखकारकरीत्या एखादी गोष्ट सांगते, त्याप्रमाणे काव्य पुरुषार्थाचा उपदेश रूक्षपणे करण्याऐवजी सलगीच्या स्वरूपात आनंददायक रीतीने करते. दुसऱ्या शब्दांत सांगायचे म्हणजे शास्त्राने जे शक्य होते (ज्ञानप्राप्ती) ते काव्यानेही शक्य होते; परंतु

काव्याचे विशेषत्व असे की काव्याच्या द्वारे जी ज्ञानप्राप्ती होते ती आल्दादकारक व रसयुक्त असते; किंबहुना शास्त्र आणि काव्य यांच्यात विरोध नसून शास्त्राचे कार्य काव्याच्या द्वारे अधिक परिणामकारकतेने व कोणतेही ओझे न वाटता करता येते.

काव्याच्या या अशा प्रकारच्या प्रयोजनाचे सूतोवाच बौद्ध कवी अश्वघोष यांनी आचार्य आनंदवर्धन यांच्याही पूर्वी केलेले होते; परंतु त्रिसंमितांची कल्पना ही खास आनंदवर्धनांचीच आहे. ज्ञानेश्वरमहाराजसुद्धा कवित्व, रसत्व आणि परतत्त्व एकत्र नांदायला हवेत किंवा जेथे ती नांदतात तीच श्रेष्ठ कलाकृती असे सुचवतात.

शास्त्र व काव्य यांची प्रयोजने आणि ती प्रयोजने साधताना त्यांची अवलंबलेली शैली यांचे स्पष्टीकरण करण्यासाठी जे त्रिसंमितांचे प्रारूप (मॉडेल) उभे करण्यात आले, त्याचा विचार आनंदवर्धनादींच्या काव्यशास्त्रातील आणि सौंदर्यशास्त्रातील इतर विचारांच्या निरपेक्षपणे करता येत नाही. किंबहुना या एकूण विचारांमधील वेगवेगळ्या संकल्पनांचा परस्परसंबंध पाहूनच त्यांचे एकमेकांच्या संदर्भात मूल्यमापन करावे लागते. तसेच, एखादी संकल्पना दुसऱ्या एखाद्या संकल्पनेच्या तुलनेत कोठे कमी पडत आहे असे वाटले, तर तिच्यातील ती उणीव भरून काढून तिला इतरांच्या पातळीपर्यंत उंचवावे लागते. म्हणजे या समग्र सौंदर्यशास्त्रीय–साहित्यशास्त्रीय व्यूहामधील संकल्पना नुसत्याच सुसंगत आहेत. एवढेच नसून ही सुसंगतता समान पातळीवरील आहे असेही दाखवता येते.

या दृष्टीने विचार केला तर आनंदवर्धनप्रणीत रसविचार आणि त्रिसंमितविचार यांच्यामधील सुसंगती पारखून घ्यावी लागते. परंतु तेव्हा असे लक्षात येते की, रससिद्धान्ताच्या तुलनेत त्रिसंमिताचे प्रारूप कोठेतरी कमी पडत आहे.

संस्कृत काव्यशास्त्रात रसांची संख्या आठ की नऊ हा वादविषय अगदी प्राचीन आहे. भरतमुनींनी नाट्यशास्त्रात आठच रस मानले होते. त्यात नवव्या शांतरसाचा समावेश नव्हता. शांतरस ही मागावून टाकण्यात आलेली भर हा एक पक्ष; तर मुळात भरतमुनींनीच नववा शांतरस गृहीत धरलेला होता असा आनंदवर्धन–अभिनवगुप्तांचा दुसरा पक्ष. त्याचप्रमाणे शांतरस हा फक्त काव्यातच शक्य आहे, नाटकात नाही असा धनंजयादिकांचा एक पक्ष; तर शांतरस काव्याप्रमाणेच नाटकातही शक्य आहे हा अभिनवगुप्तांचा दुसरा पक्ष. अर्थात या वादात शिरण्याचे आपणास येथे काहीच कारण नाही.

रसांची संख्या आठ मानली तर शृंगार हा सर्वश्रेष्ठ रस, रसराज ठरतो हे वेगळे सांगण्याची गरज नाही. शृंगार हा अतिशय सुकुमार आहे म्हणून त्याची हाताळणी करताना फार काळजीपूर्वक करायला हवी असा इशारा शास्त्रकार वारंवार देतात.

आनंदवर्धन–अभिनवगुप्त हे एका बाजूला शांतरस मानण्याच्या पक्षाचे आहेत; परंतु दुसऱ्या बाजूला त्यांनी काव्याच्या संदर्भात मात्र जायासंमिताचे प्रारूप सांगितले आहे. हे प्रारूप अष्टरसांच्या चौकटीशी सुसंगत आहे, कारण अष्टरसांमध्ये शृंगार सर्वश्रेष्ठ आहे आणि त्यामुळे साहजिकच असे निष्पन्न होते की पुरुषार्थाचे ज्ञान संपादन करून देण्यास सिद्ध झालेले काव्य हे पत्नीप्रमाणे असेल, तर ते शृंगाररसात्मक असले पाहिजे, निदान असणे शक्य आहे. या पुरुषार्थामध्ये मोक्षाचाही समावेश होतो हे लक्षात ठेवले पाहिजे.

परंतु जेव्हा नववा शांतरस मानण्यात येतो व शांतरसाचा संबंध मोक्ष या पुरुषार्थाशी आहे असे प्रतिपादन करण्यात येते, तेव्हा शांतरस अंगी असलेल्या काव्याला जायासंमित म्हणणे योग्य वाटत नाही. थोडक्यात, या संदर्भात रसव्यवस्थेपेक्षा त्रिसंमिताची संकल्पना कमी पडते.

शृंगारातून शांताकडे जाता येत नाही काय, असे कोणी यावर विचारील; परंतु तसे पाहिले तर अभिनवगुप्तांच्या मताप्रमाणे सर्वच रस अंतिमत: शांतपर्यवसानी असतात. त्यामुळे या प्रश्नाला काही अर्थ उरत नाही. खरा प्रश्न असा आहे की, एकदा नववा शांतरस असतो असे मान्य केल्यानंतर, इतकेच नव्हे; तर त्याचे शृंगाराहून श्रेष्ठत्व मान्य केल्यानंतर आणि महाभारतासारख्या कृतीस शांतरसप्रधान मानल्यानंतर काव्य जायासंमित आहे असे म्हणणे उचित वाटत नाही. जोपर्यंत आठ रस आहेत, तोपर्यंत काव्याच्या बाबतीत जायासंमिताचे प्रारूप योग्य आहे; पण एकदा शांतरस मानला म्हणजे जायासंमिताच्या पलीकडे जाण्याची गरज उत्पन्न होते. आनंदवर्धन–अभिनवगुप्त परंपरेतील ही उणीव ज्ञानेश्वरमहाराजांनी ज्ञानेश्वरीत भरून काढलेली आहे.

ज्ञानेश्वरमहाराज काही आनंदवर्धन–अभिनवगुप्तांप्रमाणे काव्यमीमांसक नव्हते. त्यांनी काव्यशास्त्रावर ग्रंथही लिहिला नाही. मग मी असे कसे म्हणून शकतो, अशी विचारणा या ठिकाणी होण्याची शक्यता आहे.

ज्ञानेश्वरमहाराज काव्यमीमांसक या भूमिकेत स्वतंत्रपणे कधी वावरलेले दिसत नाहीत. परंतु त्यांनी काव्यमीमांसेची सर्व परंपरा पचवलेली होती. इतकेच नव्हे तर प्राचीन काव्यमीमांसेतील सैद्धान्तिक उणिवा त्यांनी प्रत्यक्ष काव्यव्यवहाराच्या रूपाने (practically) भरून काढल्या. ज्ञानेश्वरसाहित्याच्या अभ्यासकांची ही जबाबदारी आहे की त्यांनी ज्ञानेश्वरमहाराजांनी गृहीत धरलेली काव्यमीमांसा स्वतंत्रपणे मांडून दाखवावी.

ज्ञानेश्वरमहाराजांनी ज्ञानेश्वरी लिहिताना गीता हे शास्त्र तसेच काव्यही आहे अशी

भूमिका घेतलेली आहे. ज्ञानेश्वरपूर्व भाष्यकारांनी गीतेचा अन्वयार्थ लावताना गीता हे केवळ शास्त्र असे समजून लावण्याचा प्रयत्न केला. आनंदवर्धन–अभिनवगुप्तांनी गीता हे शास्त्र आणि काव्य आहे अशी भूमिका घेतली व गीतेत शांतरस प्रधान आहे हेही त्यांना जाणवले. परंतु ही भूमिका व ही जाणीव गीतेचा त्याप्रमाणे अन्वयार्थ लावून त्यांना व्यवहारात मूर्त करता आली नाही. ज्ञानेश्वरमहाराजांनी मात्र ही भूमिका मान्य करून गीतेचा त्यानुसार म्हणजे शांतरस परिपोषकारक अर्थ करून दाखवला व तो करताना गीता काव्य असल्यामुळे ध्वन्यर्थ पद्धतीचा आश्रय घेतला. ही पद्धतीसुद्धा उपरोक्त आचार्यद्वयीला अभिप्रेत होती; (पाहा, आनंदवर्धनकृत *ध्वन्यालोक* आणि त्यावरील अभिनवगुप्तांची *लोचनटीका.*) पण ती त्यांनी प्रत्यक्षात वापरली नाही.

संमिताच्या बाबतीत मात्र ज्ञानदेवांना सैद्धान्तिक स्तरावरच पूर्वसूरींच्या पुढे जावे लागले. त्यांना असे म्हणायचे आहे की मोक्षप्रयोजनात्मक शांतरसप्रधान काव्य हे मातृसंमित मानायला हवे. ज्ञानेश्वरी व पर्यायाने गीता हे अशा प्रकारे मातृसंमित आहे. आईने मुलाला केलेल्या उपदेशासारखे आहे.

हा माउलीभाव ज्ञानेश्वरीत सर्वत्र ओतप्रोत भरलेला आहे. आई–बाल, वत्स–धेनू यांच्या उपमा आपणाला जागोजाग आढळतात. बाराव्या अध्यायाच्या सुरुवातीला तर निवृत्तिनाथांना जे नमन करण्यात आलेले आहे ते आईच्या रूपकातूनच. श्रीकृष्ण ही गाय आहे आणि अर्जुन हे तिचे पाडे आणि गीता हे दूध, या मुद्द्याचा अधिक विस्तार करण्याची गरज नाही. ज्ञानेश्वरीच्या नियमित वाचकांना असे कितीतरी उल्लेख सहज आठवतील. याच पार्श्वभूमीवर आचार्य विनोबांनी गीतेचे नामकरणच मुळी गीता–आई असे केले.

गीतेतील ज्ञानेश्वरीतील प्रधान अंगी रस शांतरस व शांतरसाचा स्थायीभाव खरे म्हणजे आत्माच! या आत्म्यालाही ज्ञानेश्वरमहाराजांनी प्रियाची परम सीमा माउली असे म्हटले.

खरी मौज तर पुढेच आहे. ज्ञानेश्वरकालीन आणि ज्ञानेश्वरोत्तरकालीन मराठी साधुसंतांनी व सामान्य जनतेनेही स्वत: ज्ञानेश्वरमहाराजांना आईच्या रूपात पाहिले. 'ज्ञानाबाई माझी अनाथांची आई' असे जनाबाई म्हणतात. ज्ञानराज ही 'योग्यांचीही माउली' ठरली. संत बहिणाबाईंनी तर ज्ञानदेवीची 'माय' म्हणून आरती केली. ज्ञानेश्वर आणि माउली या शब्दांचे इतके साहचर्य महाराष्ट्रात रुजले की, आजही एखाद्याचे नुसते नाव ज्ञानेश्वर असले तरी त्याच्या गुणदोषांकडे दुर्लक्ष करून लोक त्याला माउली हे टोपणनाव सहजगत्या बहाल करतात.

अशा तऱ्हेने ज्ञानेश्वरी हे एक मातृसंमित आहे. शृंगाराच्या माथ्यावर पाय

ठेवताना, त्याला जिंकताना ज्ञानेश्वरमहाराजांनी शांतरसाचा जो आविष्कार घडवला त्यातून अगदी सहजपणे हा मातृभाव प्रगट झालेला आहे. तो त्रिसंमिताच्या चौकटीत बसत नाही म्हणून हे चतुर्थसंमित आहे. आनंदवर्धन–अभिनवगुप्तांची काव्यपरंपरा अशा प्रकारे ज्ञानेश्वरीत पूर्णतेस पोहोचली. ज्ञानेश्वरी हा काश्मिरी काव्यपरंपरेचा कलश आहे.

खरे म्हणजे डॉ. रा. चिं. ढेरे यांनी दाखवून दिल्याप्रमाणे काश्मिरी शैव परंपरेचे उगमस्थान हेच मुळी महाराष्ट्र आहे. त्र्यंबकेश्वर अथवा तेरंबा आहे. ज्ञानेश्वरीच्या रूपाने त्र्यंबकगिरीत जन्मून काश्मिरात संसार थाटलेली लेक माहेरी आली असे म्हटले तर अधिक उचित होईल.

■

४. ज्ञानदेवांचे शब्दब्रह्म

मानवी व्यवहारांमध्ये भाषेचे अथवा वाणीचे स्थान महत्त्वाचे किंबहुना अनन्यसाधारण आहे. महाभारतामध्ये एक इंद्र-काश्यप संवाद आहे. काश्यप हा काही कारणांमुळे आत्महत्या करण्यास प्रवृत्त झालेला असतो. त्याला या विचारापासून परावृत्त करण्यासाठी इंद्र चार समजुतीच्या गोष्टी सांगतो. त्यात मानवी जन्म किती महत्त्वाचा आहे याचाही विचार आलेला आहे. मानवप्राणी हा इतर प्राण्यांपेक्षा वेगळा व श्रेष्ठ का आहे याची मीमांसा करताना इंद्र सांगतो की, माणसाला हात आणि जीभ ही इंद्रिये असल्यामुळे माणूस हा इतर प्राण्यांपेक्षा श्रेष्ठ ठरला व त्याने प्राण्यांवर प्रभुत्व प्रस्थापित केले. हात म्हणजे श्रमशक्ती (labour) आणि जीभ म्हणजे बोलण्याची शक्ती किंवा भाषा होय. भाषा हे विचार करण्याचे त्याचप्रमाणे विचार संक्रमित करण्याचे साधन आहे व त्यामुळे मानव एका पिढीतले विचारधन दुसऱ्या पिढीला अनायसे देऊ शकतो. किंबहुना असेही म्हणता येईल की, मानवाची वेगवेगळ्या क्षेत्रांना व्यापणारी जी निर्मितिक्षमता आहे तिचा भाषा किंवा शब्द हा आधार आहे.

विचार आणि भाषा यांचा निकट संबंध असल्यामुळेच की काय ग्रीक भाषेत logos या शब्दाचे विचार व शब्द असे दोन्ही अर्थ होतात. त्यानुसार मनुष्य विचार करणारा प्राणी आहे याचा अर्थ, मनुष्य बोलणारा म्हणजे भाषेचा उपयोग करणारा प्राणी आहे, असाही होतो. आरंभी शब्द होता आणि शब्दच देव होता अशा प्रकारचा विचार पाश्चात्त्य परंपरेत रूढ होता. *तुका म्हणे पाहा शब्दचि हा देव* असे संत तुकाराममहाराजांनीही म्हटले आहेच.

प्राचीन भारतीय तत्त्वज्ञान आणि व्याकरण यांच्यामध्ये शब्दब्रह्माची संकल्पना आढळते. ब्रह्म म्हणजे अंतिम सद्वस्तू जगाचे मूळ कारण. मग शब्दालाही ब्रह्म का म्हटले? त्याचे कारण असे की, शब्द आणि अर्थ यांच्यामध्ये वाच्यवाचकतेचा संबंध असतो. ब्रह्म हे वाच्य किंवा प्रतिपाद्य असेल तर त्याचा वाचक किंवा प्रतिपादक असा जो शब्द त्यालाही ब्रह्मच म्हणावे अशी यामागची भूमिका आहे. उदाहरणार्थ, तूप हे आयुष्याच्या वर्धनाचे कारण असल्याने उपचाराने तूप म्हणजे आयुष्य असे म्हणतात.

परंतु परंपरा असेही मानते की, वेद हाच ब्रह्माचा वाचक किंवा प्रतिपादक आहे. त्यामुळे शब्दब्रह्म म्हणजे वेद असे समीकरण रूढ झाले. भर्तृहरीच्या *वाक्यपदीयम्* या ग्रंथामध्ये शब्दब्रह्माची कल्पना स्पष्ट झालेली आहे. भर्तृहरीने शब्दब्रह्मात वेद आणि वेदांगे यांचा समावेश केलेला आहे. स्मृती व दर्शनेही त्यात मोडतात.

ज्ञानदेवांनी ज्ञानेश्वरीच्या अगदी सुरुवातीलाच आत्मरूपास आणि शब्दब्रह्मास नमन केलेले आहे. अगोदर वाच्याला किंवा प्रतिपाद्याला नमन केल्यानंतर ज्ञानदेव प्रतिपादकाला किंवा वाचकालाही नमन करतात. नंतर शारदा आली, शेवटी सद्गुरू निवृत्तिनाथ असा पुढील क्रम आहे.

'ॐ नमो जी आद्या। वेदप्रतिपाद्या। जयजय स्वसंवेद्या। आत्मरूपा।।' अशा प्रकारे पहिल्या अध्यायाच्या पहिल्याच ओवीत ज्ञानदेवांनी आद्य अशा आत्मरूपाला नमन केले. हे आत्मरूप कसे आहे तर वेदप्रतिपाद्य आणि स्वसंवेद्य आहे. आत्मरूप हा वेदांच्या प्रतिपादनाचा किंवा (शास्त्रीय) चर्चेचा विषय असल्यामुळे ज्ञानदेव त्याला वेदप्रतिपाद्या म्हणतात.

परंतु ज्ञानदेवांच्या मते आत्मरूप हे केवळ शास्त्रीय ज्ञानाचा वा चर्चेचा विषय नाही. ते स्वसंवेद्यही आहे. स्वयंवेद्यतेची कल्पना अधिक महत्त्वाची आहे. कारण प्रतिपाद्यतेबद्दल पूर्वाचार्यांनी खूप काही सांगितले आहे. ज्ञानदेवांचे योगदान हे स्वसंवेद्यतेचे आहे.

स्वसंवेद्यता ही प्राधान्याने सौंदर्यशास्त्रातील किंवा साहित्य/काव्यशास्त्रातील संकल्पना आहे. तिचा संबंध रसास्वादाशी आहे. ज्ञानदेवांना असे म्हणायचे आहे की आत्मरूप ज्याप्रमाणे शास्त्रीय ज्ञानाचा, चर्चेचा किंवा व्युत्पत्तीचा विषय आहे; तसाच तो आस्वादाचा, प्रीतीचा किंवा आनंदाचाही विषय होऊ शकतो. म्हणजे एका बाजूस तो तत्त्वज्ञानाचा विषय आहे आणि दुसऱ्या बाजूला तो काव्यव्यवहाराचाही विषय आहे. किंबहुना पूर्वसूरी मानतात त्याप्रमाणे या दोन व्यवहारांत विरोध तर नाहीच; परंतु ते दोन्ही एकत्र नांदू शकतात.

तात्त्विक किंवा शास्त्रीय व्यवहार आणि काव्यात्म व्यवहार यांच्यातही एक महत्त्वाचे साम्य म्हणजे ते दोन्ही व्यवहार शब्दांनी–भाषेने होतात. साहजिकच ज्ञानदेवांची शब्दब्रह्माची संकल्पनाही अधिक व्यापक बनली. भर्तृहरीच्या शब्दब्रह्मात वेद, वेदांगे, स्मृती, दर्शने यांचाच समावेश होतो, तर ज्ञानदेवांनी त्यांच्या शब्दब्रह्मात काव्य व नाटक यांचाही समावेश केला.

दुसरे असे की, शब्दब्रह्माचे वर्णन करताना ज्ञानदेवांनी ते काव्यात्म रीतीने म्हणजे रूपकाच्या आश्रयाने केलेले आहे. हे रूपक म्हणजेच ज्ञानेश्वरीतील षड्भुज

गणेशाचे रूपकच होय. या सर्व रूपकाचे तपशीलवार विवेचन करण्याचे येथे प्रयोजन नाही. सहा दर्शने म्हणजे सहा हात. परंतु मुख्य गोष्ट म्हणजे –

देखा काव्य नाटका। जे निर्धारिता सकौतुका।
त्याचि रुणझुणती क्षुद्रघंटिका। अर्थध्वनी।

या ओवीत ज्ञानदेवांनी शब्दब्रह्मात काव्य आणि नाटक यांचा समावेश केलेला आहे. काव्यनाटक हा रसनिर्मितीचा व आस्वादाचा भाग आहे हे लक्षात घेतले म्हणजे त्यांचा संबंध स्वसंवेद्यतेशी आहे हे समजते. विशेष म्हणजे काव्यनाटकांना घंटिका असे म्हणून ज्ञानदेवांनी आचार्य आनंदवर्धनांचा ध्वनिसिद्धान्त (अर्थात रससिद्धान्तासह) सांगितला आहे. अस्सल काव्यातला (वा नाटकातला) अर्थ हा वाच्यार्थ वा लक्ष्यार्थ नसून ध्वन्यर्थ असतो असा आनंदवर्धनांचा व अभिनवगुप्तांचाही पक्ष आहे. या काश्मिरी शैव आचार्यांच्या तत्त्वज्ञानाशी ज्ञानदेवांचा चांगलाच परिचय होता. ध्वन्यर्थ म्हणजे काय हे स्पष्ट करताना हे आचार्य घंटेच्या अनुरणनाचा दृष्टान्त योजतात. घंटेवर टोल पडला असता पहिल्या आघाताच्या आवाजानंतर एकामागून एक आवाजाच्या लहरी उत्पन्न होतात. त्याप्रमाणे शब्दाच्या उच्चारानंतर, त्याचा वाच्यार्थ समजल्यानंतर ज्या अर्थलहरी किंवा तरंग निर्माण होतात तो ध्वन्यर्थ. हा अशा प्रकारे काव्याचा सूचित अर्थ होय. ज्ञानदेवांनी घंटेचाच दाखला दिलेला आहे. अर्थध्वनी म्हणजे ध्वन्यर्थ. ध्वन्यार्थाचा रसप्रतीतीशी निकट संबंध आहे. प्रतिपादनाच्या व्यवहारात रसनिर्मितीचा प्रश्नच उद्‌भवत नाही. आस्वादाच्या व्यवहारात मात्र रस हा प्राण आहे.

ज्ञानदेवांनी शब्दब्रह्माच्या कल्पनेत काव्यनाटकांचा समावेश करून ती अधिक विशाल केली हे आपण पाहिले; पण ज्ञानदेव येथेच थांबत नाहीत. गणेशाच्या हातांमधील आयुधांचे वर्णन करताना त्यांनी त्याच्या एका हातात 'नीतिभेदरूपी अंकुश' दिलेला आहे. येथे नीती म्हणजे राजनीती असा अर्थ अभिप्रेत आहे. सर्वच मानवी व्यवहारांवर या नीतीचा अंकुश असतो. ज्ञानदेवांनी एक-दोन शब्दांत बृहस्पतीपासून प्राचीन भारतीय राजनीती सूचित केलेली आहे. शेवटी राजनीती हीदेखील भाषेतच अभिव्यक्त झालेली असल्याने ती शब्दब्रह्माचाच भाग ठरते.

आणि सर्वांत महत्त्वाची बाब म्हणजे *एके हाती दंतु। जो स्वभावता खंडितु। तो बौद्धमतसंकेतु। कार्तिकाचा।।* या ओवीत ज्ञानदेव शब्दब्रह्माच्या कल्पनेत बौद्ध तत्त्वज्ञानाचाही समावेश करतात. 'वार्तिक' या शब्दाने ज्ञानदेवांना प्रसिद्ध बौद्ध तत्त्वज्ञ धर्मकीर्ती यांचा *प्रमाणवार्तिक* हा तसाच प्रसिद्ध ग्रंथ अभिप्रेत आहे. ज्ञानदेवांचा हा उदार आणि व्यापक दृष्टिकोन अनेकांना परवडणार नाही हे उघड आहे.

शब्दब्रह्मरूप गणेशाची ही 'वर्णवपु' शब्दांच्या साहाय्याने रेखाटताना ज्ञानदेवांनी शेवटी साडेतीन वर्णांमध्ये म्हणजे ॐमध्ये ती बसवून दाखवली. परंपरा ओंकाराला वेदांचे सार मानते खरी; पण ज्ञानदेवांच्या या कृतीचे सार आणि स्वारस्य वेगळेच आहे. ते म्हणतात –

अकार चरणयुगुल। उकार उदर विशाल।
मकार महामंडल। मस्तकाकारे।।

ओंकारमधील अ म्हणजे गणेशाचे चरण, उ म्हणजे विशाल उदर आणि म म्हणजे मस्तक.

वास्तविक भाषा ही जेव्हा बोललेली, उच्चारित किंवा वाणीच्या स्वरूपात असते, तेव्हा तिच्या संदर्भात असे आकाराचे किंवा रूपाचे दृश्य वर्णन कसे करणार? अर्थातच या ठिकाणी ज्ञानदेवांना ओंकाराचे लिखित म्हणजे लिपिबद्ध म्हणजेच दृश्य स्वरूप अभिप्रेत असणार. हा ओंकार नेमका कसा काढता येईल? प्रसिद्ध लिपिशास्त्रज्ञ श्री. एल. एस. वाकणकर यांनी सर्व भारतीय लिप्यांचा अभ्यास करून त्यांना मूळ असलेली प्राचीन ब्राह्मी लिपी कशी होती हे उलगडण्याचा प्रयत्न केलेला आहे. त्यांच्या विवेचनानुसार अ, उ आणि म ही ब्राह्मी अक्षरे अनुक्रमे ᨠ ᨡ ᨣ अशी होती. त्यानुसार ज्ञानदेवांच्या गणेशाचे स्वरूप अकार म्हणजे चरणयुगुल, उकार म्हणजे विशाल उदर आणि मकार म्हणजे महामस्तक असे मानून मिळणारी आकृती अशी आहे –

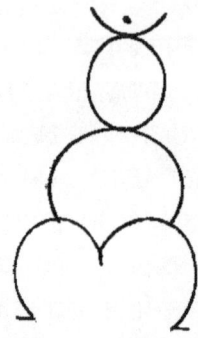

या आकृतीचे स्वरूप आता अर्थातच गणेशाच्या मूर्तीप्रमाणे दिसते हे सांगायला नको. ज्ञानदेवांचा व्यासंग व प्रतिभा याबद्दल आता अधिक विवेचनाची गरज नाही.

५. ज्ञानेश्वरीतील बौद्धमतसंकेत

ज्ञानदेवांचा उद्देश वैदिक गणेशपुराणात वर्णिलेल्या गणेशाला वंदन करणे हा नसून त्यांनी गणेशाच्या रूपकातून शब्दब्रह्माला वंदन केलेले आहे. ज्ञानदेवांची शब्दब्रह्माची कल्पना ही डॉ. कृष्ण माधव घटाटे यांच्या कल्पनेप्रमाणे केवळ वैदिक दर्शनांचा समावेश करू शकणारी संकुचित कल्पना नसून भारतीय परंपरेत वाढलेल्या तत्त्वज्ञान आणि तत्त्वज्ञानबाह्य अनेक गोष्टींना कवेत घेणारी आहे. त्यांचे शब्दब्रह्म हे वाक्यपदीयकार भर्तृहरी यांच्या शब्दब्रह्मापेक्षा व्यापक आणि म्हणून वेगळे आहे. भर्तृहरीने जर कदाचित शब्दब्रह्मावर गणेशाचे रूपक रचले असते, तर ते घटाट्यांच्या पद्धतीचे झाले असते.

देखा काव्यनाटका। जे निर्धारिता सकौतुका। त्याचि रुणझुणति क्षुद्रघंटिका। अर्थध्वनि।। या मंगलाचरणाच्या सातव्या ओवीत ज्ञानदेवांनी काव्यनाटकांचा अन्वयार्थ लावण्यासाठी आवश्यक असलेल्या आनंदवर्धनांच्या ध्वन्यर्थसिद्धान्ताचा उल्लेख केलेला आहे. आता येथेही ज्ञानदेवांना वैदिक परंपरेतीलच काव्यनाटके अभिप्रेत आहेत असे घटाटे म्हणणार! पण आनंदवर्धनांना तसे वाटत नाही. शांतरसाचे उदाहरण म्हणून आनंदवर्धन हर्षाच्या नागानंद नाटकाचा नि:शंकपणे उल्लेख करतात. किंबहुना ध्वनिसिद्धान्त व शांतरस या गोष्टी मुळातच बौद्धांचे योगदान असण्याची, निदान बौद्ध आणि वैदिक परंपरांच्या परस्पर प्रभावामधून व देवाणघेवाणीतून निर्माण झालेली असण्याची शक्यता आहे.

सहा दर्शनांचे सिद्धान्त भिन्नभिन्न व परस्परविरोधी वाटले तरी ते प्रत्यक्ष वा अप्रत्यक्षपणे अद्वैत सिद्धान्ताचेच प्रतिपादन करतात असे घटाट्यांनी म्हटले आहे व त्यासाठी मधुसूदन सरस्वतींचा हवालाही दिलेला आहे; पण या तत्त्वज्ञानातील चिऊकाऊंच्या गोष्टी झाल्या. वेदान्तदर्शन म्हणजे केवळ अद्वैतदर्शन असे घटाट्यांनी गृहीत धरलेले आहे. हा परत संकुचितपणाचाच प्रकार आहे. मध्वाचार्यांसारखे कट्टर द्वैती वेदान्तीच होते आणि त्यांनी अद्वैत मत प्रतिपादन करणाऱ्यांना असुरांचे अवतार असे म्हणून खास घरचा आहेर केला. ज्ञानदेव मात्र *विसंवादे धरिती। आयुधे*

हाती।। असे स्पष्ट सांगून विरोधाला उघड सामोरे जातात. गणेशरूपी शब्दब्रह्माच्या गंडस्थळाचे द्वैत आणि अद्वैत हे दोन्हीही भाग असल्याचे सांगून द्वैत मताचाही आदर करतात.

गणेशाच्या सहा भुजांना ज्ञानदेवांनी सहा दर्शने म्हटले आहे, हे बरोबर आहे आणि ती सहा दर्शने परंपरेने मानलेली वैदिक षड्दर्शने आहेत असे गृहीत धरले तरी आयुधांच्या बाबतीतही ती वैदिकच असली पाहिजेत असा आग्रह धरायचे कारण नाही. घटाट्यांनी तो धरलेला आहे; पण त्यामुळे गोंधळ कमी न होता तो वाढतो.

तर्कु तोचि परशु। नीतिभेदु अंकुशु। वेदान्त तो महारसु। मोदकु मिरवे।। या ओवीचा विचार करताना घटाट्यांनी न्यायदर्शन हा एक हात असून त्यातील सत्तर्क हा परशू आहे, असे सांगून वेदानुकूल असलेला सत्तर्क येथे अभिप्रेत आहे, श्रुतिविरोधी तर्क नव्हे, अशी पुस्तीही जोडली आहे. नीतिभेद म्हणजे वैशेषिक दर्शन आणि नीती म्हणजे धर्म व म्हणून नीतिभेद म्हणजे धर्मभेद हे घटाट्यांचे समीकरण साफ चूक आहे. एकतर नीतिभेद हा शब्द वैशेषिकांच्या संदर्भात वापरला तर त्याचा अर्थ परत न्याय म्हणजे तर्क असाच घ्यावा लागेल; परंतु अगोदरच तर्क हा परशू असल्याचे सांगितलेले असल्याने त्यात काही स्वारस्य उरणार नाही. घटाटे म्हणतात तसा नीति शब्दाचा अर्थ धर्म घ्यायला वाव नाही, कारण वैशेषिकांचा व धर्माचा संबंध केवळ धर्माच्या लक्षणापुरताच मर्यादित आहे. धर्माचा उपयोग रूपकात होऊ शकेल इतके प्रभावी विवेचन केवळ धर्मशास्त्राचे किंवा पूर्वमीमांसेचेच आहे. म्हणून येथे नीतीचा अर्थ धर्म नाही. नीतीचा अर्थ राजनीती (polity) हा आहे. मानवाच्या सर्व व्यवहारांवर राजनीतीचे म्हणजे प्रत्यक्षात राजाचे नियंत्रण असते (अथवा अंकुश असतो) हे सांगायला नको. या ओवीत ज्ञानदेवांनी भारतीय राजनीतीचा निर्देश केलेला आहे व विशेष म्हणजे हा उल्लेख भगवद्गीतेशी (व अर्थातच ज्ञानेश्वरीशीही) सुसंगत आहे.

वरील विवेचनावरून ज्ञानदेव हे वैदिक–अवैदिक, द्वैत–अद्वैत अशा संकुचित विचारांच्या पलीकडे गेले होते. तसेच त्यांना काव्यनाटकादिकांचे वावडे नव्हते हे लक्षात येईल. आता घटाट्यांचा मुख्य मुद्दा जो बौद्धमताचा, त्याच्याकडे वळू. ज्ञानेश्वरीतील मूळ ओवी पुढीलप्रमाणे *एके हाती दंतु। जो स्वभावता खंडितु। तो बौद्धमत संकेतु। वार्तिकाचा।।* येथे 'बौद्ध म्हणजे बुद्धीने निश्चित केलेले' असा अर्थ घटाटे यांनी लावलेला आहे. गणेशाच्या (एका) हातात जो स्वभावत: खंडित असलेला दात आहे तो म्हणजे वार्तिकाचा बौद्धमतसंकेत असा या ओवीचा सरळ अर्थ आहे. बौद्धमतसंकेत हा स्वभावत:च खंडित आहे असे ज्ञानदेव म्हणतात. येथे खंडितपणा हा मताचा किंवा मतसंकेताचा आहे. घटाटे समजतात त्याप्रमाणे

मतसंकेताने प्रतिपाद्य असलेल्या आत्मस्वरूपाचा नाही. त्यामुळे भले पूर्वमीमांसकांचा आत्मविचार अपूर्ण किंवा खंडित असला तरी त्याचा येथे संबंध येत नाही. तसेच स्वभावतः याचा अर्थ घटाटे म्हणतात त्याप्रमाणे 'अगदी सहजच' असा होत नाही. स्वभावतः खंडित होणे म्हणजे त्याच्या मांडणीतच त्याचे खंडन सूचित होणे. ते वेगळ्या प्रकारे करण्याची गरज न भासणे. बौद्धांच्या शून्यवादावर अशा प्रकारचा आक्षेप ज्ञानदेवांच्या पूर्वीही घेण्यात आलेला होता. ज्ञानदेवांनीही तो ज्ञानेश्वरी आणि अमृतानुभव या रचनांमधून घेतलेला आहे.

येथे आणखी एक मुद्दा विचारात घेण्यासारखा आहे. एका हातात पूर्वमीमांसेचा भग्न दंत आणि दुसऱ्या हातात वेदान्त म्हणजे उत्तरमीमांसेचा मोदक असा घटाटेप्रणीत अर्थ स्वीकारला तर, नंतर *मज अवगमलिया दोन्ही। मीमांसा श्रवणस्थानी।* अशी पूर्वोत्तरमीमांसांना गणेशाच्या दोन कानांची उपमा ज्ञानदेव देतात ती शुद्ध द्विरुक्ती होईल. गणपतीच्या दोन हातांत पूर्व आणि उत्तरमीमांसेची दोन आयुधे आहेत आणि परत त्याचे दोन कान म्हणजेच पूर्व आणि उत्तरमीमांसा असे म्हणणे म्हणजे गणेशाच्या हातात त्याचेच कान उपटून देण्यासारखे आहे.

बौद्धसंकेताच्या स्वभावतः खंडित असलेल्या दाताने ज्ञानदेवांना खरोखर बौद्धांचा शून्यवादच अभिप्रेत आहे आणि वार्तिक शब्दाने त्यांना धर्मकीर्ती या सर्वश्रेष्ठ बौद्ध तत्त्ववेत्त्याचा *प्रमाणवार्तिक* हा ग्रंथ अभिप्रेत आहे.

ज्ञानदेव आणि धर्मकीर्ती यांचा संबंध काय, असा प्रश्न कोणाच्याही मनात निर्माण होऊ शकेल. या प्रश्नाचे उत्तर देताना ज्ञानदेवांची परंपरा पाहावी लागते. ज्ञानदेवांची परंपरा ही शैव परंपरा आहे, हे ध्यानात घेतले पाहिजे. नाथ संप्रदाय व प्रत्यभिज्ञा किंवा त्रिक्‌दर्शन शैव परंपरेच्याच दोन शाखा आहेत. प्रत्यभिज्ञा दर्शनाची वाढ व विकास मुख्यत्वे काश्मिरात झालेला असल्याने त्याला काश्मिरी शैव असे म्हणण्याची प्रथा आहे. परंतु या संप्रदायाचा उगमच मुळी महाराष्ट्रातील त्र्यंबकेश्वराशी संबद्ध आहे. तेथील त्र्यंबकमठीतूनच उगम पावून उत्तरेकडे प्रवाहित झालेली ती तत्त्वगंगा आहे. ज्ञानदेवपूर्व काळातील आनंदवर्धन आणि अभिनवगुप्त या आचार्यांची नावे या संदर्भात मुद्दाम उल्लेखलेली आहेत. कारण ज्ञानदेवांचे तत्त्वविचार आणि साहित्यविचार विशेषतः त्यांनीच प्रभावित झालेले आहेत. अर्थात ज्ञानदेव हे काही महत्त्वाच्या बाबतीत त्यांच्यापासून अलग होऊन प्रसंगी त्यांच्याही पुढे गेलेले आहेत, हा मुद्दा विसरता कामा नये.

ज्ञानदेवांच्या शैव परंपरेकडे क्षणभर दुर्लक्ष केले तरीसुद्धा अभिनवगुप्त ही ज्ञानदेवकाळी महाराष्ट्रातील एक जिवंत वस्तुस्थिती होती असे दिसून येते.

ज्ञानदेवांच्या अगदी लगतचा पूर्वसूरी *संगीत रत्नाकर* लिहिणारा शाङ्र्गदेव हा यादवराजा सिंघण याच्या दरबारात होता. त्याच्या आधीच्या दोन पिढ्यांपासून होता आणि त्याच्या लेखनात अभिनवगुप्तांचे व इतर काश्मिरी आचार्यांचे संदर्भ येतात.

काश्मीर ही जशी शैवांची विकासभूमी होती, तशीच बौद्धांची व वैष्णवांचीही होती. या तीनही दर्शनांनी परस्परांवर प्रभाव पाडलेला असून परस्परांचे विचार घेतलेले आहेत. क्षेमेंद्र हा शैव अभिनवगुप्तांचा शिष्य असूनही वैष्णव आहे व वैष्णव असूनही तो दशावतारचरित्रात बुद्धाचा समावेश करतो. इतकेच नव्हे, तर जातककथांवर आधारित ग्रंथही लिहितो. श्रीकृष्ण आणि व्यास यांची वैष्णवी राजनीती मांडणारा *नीतिकल्पतरू* हा ग्रंथही लिहितो.

शैवांबद्दल तर प्रश्नही उपस्थित होऊ नये इतके त्यांचे व बौद्धांचे अनुबंध लक्षणीय आहेत. ध्वनिसिद्धान्ताचे प्रवर्तक आनंदवर्धन यांनी स्वतः धर्मकीर्तीच्या *प्रमाणवार्तिकावरील धर्मोत्तरी* टीकेवर टीका लिहिली होती. ते स्वतः, अभिनवगुप्त व इतर अनेक शैव तत्त्वज्ञ (उदाहरणार्थ, उत्पलदेव, सद्योज्योति) वारंवार धर्मकीर्तीचा आधार घेतात, त्याला उद्धृत करतात. किंबहुना असेही म्हणता येईल की, शैव तत्त्वज्ञानाची मांडणीच मुळात बौद्धांच्या परिभाषेत व बौद्ध संकल्पनांच्या चौकटीतच झालेली आहे. बौद्धांची सारी आयुधे शैवांनी वापरली आहेत (जसे, स्वलक्षण, सामान्यलक्षण, स्वार्थानुमान, परार्थानुमान, अर्थक्रियाकारित्व इत्यादी). बौद्ध तत्त्वज्ञानाचा शैवांच्या साहित्य विचारांवरही प्रभाव आहे, हे विशेषतः शांतरसाच्या संदर्भात दाखवून देता येते. प्रस्तुत लेखकाने ते अन्यत्र दाखवलेले आहे.

ज्ञानदेवांचा आणि उपरोक्त काश्मिरी शैवांचा संबंध नाकारणे ही शुद्ध आत्मवंचना इतकेच नव्हे तर अप्रामाणिकपणा ठरेल. ज्ञानदेवांवर अन्य कोणाचा प्रभाव नव्हता असे मी म्हणत नाही; परंतु त्यांच्यावरील सर्वांत महत्त्वाचा प्रभाव हा शैवांचाच आहे. *अमृतानुभवात* तर त्यांनी शिवसूत्रांचा संदर्भही दिलेला आहे. उत्पलदेवकृत श्लोक शब्दशः उद्धृत आहे.

शैव प्रभावामुळे ज्ञानदेवांवर अप्रत्यक्षपणे बौद्ध तत्त्वज्ञानाचेही संस्कार झालेले आहेत. शैवांनी बौद्ध तत्त्वज्ञान आपलेसे केले, पचवले. ज्ञानदेवांनीही ते शैवांच्या मार्फत घेतले. त्यामुळे ज्ञानदेवांना शून्यवाद, धर्मकीर्ती आणि त्याचे प्रमाणवार्तिक ठाऊक असणे अगदी स्वाभाविक आहे. ज्ञानदेवांचा बौद्धदर्शनाबाबतचा दृष्टिकोन उदार आणि व्यापक आहे, कारण मुळात शैवांचा दृष्टिकोन तसा आहे. म्हणूनच खंडित स्वरूपात का होईना, ज्ञानदेवांनी बौद्ध दर्शनाला शब्दब्रह्माचा एक भाग मानले. ज्ञानदेवांवरील प्रमुख प्रभाव शांकरीय परंपरेचा असता तर त्यांनी कदाचित असे केले नसते.

ज्ञानदेव हे इस्लामपूर्व भारतीय चिंतनपरंपरेतील शिखर आहे. त्यांनी सर्व प्रवाह पचवले आहेत. एकूणच भारतीय विचारवृक्षाचे ते एक मधुर फळ आहे. वैदिक–अवैदिक, द्वैत–अद्वैत, तात्त्विक–अतात्त्विक अशा संकुचित द्वंद्वरेषा त्यांनी केव्हाच ओलांडल्या आहेत. त्यांना वैदिकी, अद्वैती आणि परत शांकराद्वैती चौकटीत बसवण्याचा प्रयत्न करणे म्हणजे त्यांना लहान करण्यासारखे आहे.

शेवटी आणखी एक मुद्दा मांडणे गरजेचे आहे. ज्ञानदेवांवर अश्वघोषाचाही प्रभाव आहे आणि ज्ञानदेवांच्या मार्फत तो वारकरी परंपरेवरही आहे. म्हणूनच तर वारकरी परंपरेत फक्त एकाच उपनिषदावर टीका लिहिली गेली (प्रस्थानत्रयीवर नव्हे) आणि ती म्हणजे अश्वघोषाचे *वज्रसूचि* आणि या टीकाकार होत्या तुकाराममहाराजांच्या शिष्या बहिणाबाई.

■

६. ज्ञानदेवांची 'भक्ती'

भक्ती या गोष्टीबद्दल खूप दिवसांपासून खूप काही लिहिले-बोलले गेले आहे. भक्ती ही एक कालबाह्य व्यक्तिनिष्ठ अवस्था आहे असे म्हणून तिला उडवून लावणाऱ्यांपासून, तर भक्त म्हणजे जो विभक्त नाही अशी कोटीबाज व्युत्पत्ती सांगणाऱ्यांपर्यंत अनेक प्रकारचे विद्वान अस्तित्वात आहेत. वेदकाळापासून विनोबांपर्यंत भक्तीची एकच एक परंपरा आहे असे ठामपणे मांडणारे जसे आढळतात, तसेच भक्ती हा अवैदिक, अनार्य किंबहुना भारतात मुसलमानांचे आगमन झाल्यानंतर त्यांच्या प्रभावाने निर्माण झालेला प्रवाह आहे, असा विश्वास असणारेही भेटतात. पण तरीसुद्धा भक्ती या विषयावर गंभीरपणे चिंतन झालेले आहे किंवा काळजीपूर्वक अभ्यास करण्यात आलेला आहे असे वाटण्यासारखी परिस्थिती नाही. ज्ञानदेवांची भक्तीही याला अपवाद असण्याचे काही कारण नाही. त्यामुळे साहजिकच या क्षेत्रात अभ्यास करायला अजूनही वाव आहे, किंबहुना हा अभ्यास होण्याची गरज आहे. प्रस्तुत लेखातून ज्ञानदेवांच्या भक्ती-संकल्पनेविषयी काही निरीक्षणे नोंदवण्याचे ठरवले आहे. या विषयाच्या अभ्यासाची ही फक्त सुरुवात आहे, असे लेखाच्या सुरुवातीलाच सांगून टाकले म्हणजे हा लेख फारशा अपेक्षा न ठेवता, परंतु तरीही गंभीरपणे घेतला जावा ही लेखकाची इच्छा असणे स्वाभाविक वाटेल.

ज्ञानदेवांनी ज्ञानेश्वरीत, अनुभवामृतात व अनेक अभंगांमधून वेगवेगळ्या पातळ्यांवर भक्तीचे प्रतिपादन केलेले आहे. पैकी ज्ञानेश्वरीत त्यांनी विशेषत: कृष्ण आणि अर्जुन यांच्यातील भक्तिसंबंधाचा विचार केलेला आहे. अनुभवामृतात भक्तीच्या तात्त्विक पायाचा विचार केलेला आहे, तर अभंग हे त्यांच्या स्वत:च्या भक्तिव्यवहाराची अभिव्यक्ती आहेत.

ज्ञानेश्वरी ही भगवद्गीतेवरील टीका आहे. गीतेवरील वेगवेगळ्या भाष्यकारांनी गीतेचे तात्पर्य किंवा गीतेमधील मुख्य प्रतिपाद्य विषय कोणता याबाबत वेगवेगळी मते नोंदवली आहेत. लोकमान्य बाळ गंगाधर टिळक यांनी याबाबत भाष्यकारांना दूषण दिलेले आहे. टिळकांच्या मते, ज्ञानदेव गीतेचा अर्थ पातंजलयोगपर लावतात

व पातंजलयोग हाच त्यांनी गीतेमधील मुख्य प्रतिपाद्य विषय मानलेला आहे. (टिळकांच्या मते गीतेतील प्रतिपाद्य विषय कर्मयोग आहे हे वेगळे सांगायला नको.) परंतु टिळकांचे हे म्हणणे बरोबर नाही. पातंजलयोगपर सहाव्या अध्यायाचा समारोप करताना ज्ञानदेवांनी परत भक्तीचीच महती सांगितली आहे.[१] पंधरावा अध्याय ज्ञानयोगपर आहे अशी समजूत आहे; पण त्याच्यातही ज्ञानदेवांचे भक्तीचे सूत्र सुटले नाही.[२] सात, नऊ, दहा, अकरा, बारा, तेरा आणि चौदा या अध्यायांमधूनही ज्ञानदेव ठायीठायी भक्तीचे प्रतिपादन करताना दिसतात.[३] अठराव्या अध्यायाच्या म्हणजे गीतेच्या शेवटी गीतेचे तात्पर्य सांगतानाही भक्तीचे हे सूत्र सुटलेले नाही.[४]

ज्ञानदेवांच्या भक्तीचे स्वरूप मात्र नीट समजून घेतले पाहिजे. त्यांचे भक्तीविषयक विवेचन प्रसंगी गीताकारांपेक्षाही वेगळे झालेले दिसते. गीतेमध्ये भक्तांचे आणि पर्यायाने भक्तीचेही चार प्रकार सांगितले आहेत. त्यांपैकी पहिल्या तीन प्रकारांना ज्ञानदेव खरे म्हणजे मानायलाच तयार नाहीत. त्यांच्या म्हणण्याप्रमाणे भक्त एकच आणि भक्तीही एकच. चौथी भक्ती अशी म्हटली जाते ती केवळ

---

१. *श्री ज्ञानेश्वरी*, श्रीज्ञानेश्वरमहाराज संस्थान, आळंदी, १९८७.
म्हणऊनी अभेदे जो भक्तियोगु। तेथ शंका नाही नये खंगु।
करिता ठेला तरी चांगु। सांगितले षष्ठी। (अध्याय १०, ओवी ११०)
म्हणोनि निःशंके। येणे महायोगे। (१०.९) (येथे महायोगे म्हणजे भक्तियोग)

२. *ऐसियालागी सर्व प्रकारी। जैसा कल्लोळु अनन्यु सागरी।*
तैसा माते अवधारी। भजिन्नला जो।। (तत्रैव १५.५६८)

३. *भक्त हे पैज न सरे। जरी ऐक्या आला।।* (तत्रैव ७.११४)
ऐसे मीच होऊनि पांडवा। करिती माझी सेवा।। (तत्रैव ९.१९६)
इये भक्तिचिये वाटे लाग।। (तत्रैव ९.५१६)
तू मन हे मीचि करी। माझिया भजनी प्रेम धरी। (तत्रैव ९.५१७)
भेदु सांडोनी सरिसे। साम्ये भज। (तत्रैव १०.३१७)
निर्वैर जाहला। सर्वत्र भजे।। (तत्रैव ११.६९८)
तैसा मी एकीचि परी। आतुडे गा अवधारी।
जरी भक्ति येऊनी वरी। चित्ताते गा।। (तत्रैव ११.६८५)
जो हा अर्जुना साद्यंत। सांगितला प्रस्तुत।
भक्तियोगु समस्त। योगरूप।। (तत्रैव १२.२२८) (ज्ञानदेवांच्या मते गीतेत योग हा शब्द प्राधान्याने भक्तियोगाला निर्देशून वापरला आहे हे येथे स्पष्ट व्हावे.)
जो अनन्यु यापरी। मी जाहलाही माते वरी।। (तत्रैव १३.६१४)
आणि ज्ञानाचे चांगावे। इयेचि दृष्टी नावे।
योगाचेही आधवे। सर्वस्व हे।। (तत्रैव १४.३८८) ('हे' म्हणजे भक्ती ही दृष्टी)

४. गीता, १८.६१-६४ यावरील ज्ञानदेवांची टीका पाहणे

अगोदरच्या तीन भक्तींच्या अपेक्षेने.[५] पण हे ज्ञानदेवांना पसंत नाही.

ज्ञानदेवांच्या म्हणण्याप्रमाणे भक्ती हे जीव आणि ईश्वर यांच्यामधील सहज म्हणजे नैसर्गिक असे नाते आहे. परंतु ते ज्याप्रमाणे ईश्वर आणि मानव यांच्यामधील नाते आहे, तसेच ते मानव आणि मानव, इतकेच नव्हे तर मानव आणि एकूण विश्व यांच्यामधीलही नाते आहे. खरे तर ही दोन नाती एकमेकांपासून स्वतंत्र (किंवा निरपेक्ष) नसून त्यांचाही एकमेकांशी संबंध आहे.

भक्तीकडे तीन बाजूंनी पाहता येणे शक्य आहे : (१) ईश्वराच्या (२) मानवाच्या आणि (३) या दोन्हीही बाजू सामावल्या जाऊ शकतील अशा. पैकी मानवाच्या बाजूने प्रथम विचार करू या.

चौदाव्या अध्यायात ज्ञानदेवांनी असे म्हटले आहे की, भक्ती ही एक 'दृष्टी' आहे. ती 'समरसतेची दृष्टी' आहे.[६] ईश्वर आणि विश्व यांच्याकडे पाहण्याची ती दृष्टी आहे. ईश्वर आणि विश्व यांच्यामध्ये कोणत्या प्रकारचा संबंध आहे, हा तत्त्वचिंतनाचा एक महत्त्वाचा प्रश्न आहे. ज्ञानदेवांच्या म्हणण्याप्रमाणे विश्व ही परमात्म्याचीच अभिव्यक्ती आहे, परमात्म्याचे ते साक्षात दर्शन आहे. परमात्म्याला पाहण्यासाठी विश्वाला दूर करण्याची गरज नाही. दागिने न आटवताही त्यांच्या सोनेपणाची प्रतीती घेता येते. त्याचप्रमाणे विश्व जसे आहे तसे परमात्माच आहे असे त्याच्याकडे पाहणे म्हणजे भक्ती. भक्ती ही अशा प्रकारे समरसतेची दृष्टी आहे.

मानवाच्या बाजूने भक्तीचा विचार केला असता तिला एक दृष्टी म्हटले; कारण मानवांमध्ये अन्य वा पर्यायी दृष्टी संभवतात. परंतु ईश्वराच्याच बाजूने भक्तीचा विचार करायचा झाल्यास, म्हणजे ईश्वर आणि विश्व यांच्यातील समरसतेचा संबंध ईश्वराच्याच बाजूने सांगावयाचा झाल्यास तेथे दृष्टीचा प्रश्नच उद्भवणार नाही. जे काही असेल ते ईश्वराचीच अवस्था असेल. म्हणून ज्ञानदेव भक्तीला ईश्वराची 'सहज स्थिती' म्हणतात.[७] विश्वाशी ईश्वराचा समरसतेचा संबंध असणे ही भक्ताची दृष्टी आहे, परंतु ईश्वराची ती सहज अवस्था आहे.

शैव जिला शक्ती म्हणतात, ज्ञानी जिला स्वसंवित्ती म्हणतात, तिलाच आम्ही भक्ती म्हणतो, अशा आशयाचे एक वाक्य ज्ञानदेवांनी श्रीकृष्णाच्या तोंडी घातले आहे.[८] त्यावरून हा मुद्दा अधिक स्पष्ट व्हावा. शक्ती ही शिवापासून भिन्न नाही.

---

५. ज्ञानेश्वरी, १८.१११९-१३, ७.१११ (*भुक्तु एकु पाही। ज्ञानीया जो।।*)

६. तत्रैव, १४.३८७, ८८

७. तत्रैव, १८.१११३

८. तत्रैव, १८.११३३

विश्वाचीच ती अवस्था आहे. म्हणजे सत्ताशास्त्र आणि ज्ञानशास्त्र यांच्या अंगांनी विचार केला तर अनुक्रमे विश्वाने ईश्वराशी अभिन्न असणे आणि तसे असण्याची दृष्टी अथवा ज्ञान निर्माण होणे या भक्तीच्याच अनुक्रमे सत्ताशास्त्रीय (Ontology) आणि ज्ञानशास्त्रीय (Epistemology) बाजू होत.

एकदा भक्तीला सहज अवस्था मानल्यानंतर साहजिकच भक्ती कितवी, पहिली की सरती, नऊ प्रकारांपैकी कोणती असे प्रश्न उपस्थित करणे अप्रस्तुत ठरते. आणि त्याहीपेक्षा महत्त्वाची बाब म्हणजे ज्ञानोत्तर भक्ती ही कल्पनाही अनावश्यक ठरते. ज्ञानोत्तर कर्म ही बाब अर्थपूर्ण आहे. परंतु भक्तीचा विचार कर्माच्या मॉडेलवर करणे हेच मुळी चुकीचे आहे.

वरवर पाहता ज्ञानदेव ज्ञान आणि भक्ती यांच्यामधील फरक नाहीसा करत आहेत. त्यांची भक्ती म्हणजे खरे पाहता ज्ञानच असे वाटण्याचा मोह या ठिकाणी होणे अशक्य नाही. (ज्ञानदेवांनी 'ज्ञानभक्ती' असा शब्दप्रयोग केलेला आहे. त्याचा समास कसा सोडवायचा?) परंतु थोडा विचार केला असता ज्ञान आणि भक्ती यांच्यामधील सूक्ष्म भेद दिसून येईल.

ज्ञानदेवांच्या मते, ज्ञान म्हणजे भक्ती नव्हे; तर ज्ञान ही भक्तीची अट आहे. विश्व ईश्वराहून भिन्न नाही किंवा ईश्वराचेच रूप आहे असे (अभेद) ज्ञान ही भक्तीसाठी आवश्यक असलेली पात्रता आहे.[९] येथे आपणास असे दिसते की ज्ञानाची पात्रता अंगी बाणावी म्हणून भक्ती (अथवा कर्मे) करावी अशी जी पारंपरिक धारणा, ती ज्ञानदेवांनी उलट केलेली आहे. किंबहुना ज्ञानविषयक पारंपरिक समजूतही त्यांनी बदलून टाकली आहे. ईश्वररूप होऊन ईश्वराची सेवा ज्याच्यामुळे करता येते असे ज्ञान त्यांना अभिप्रेत आहे.[१०]

ज्ञानदेवांच्या मताप्रमाणे भक्ती हा केवळ देव आणि भक्त यांच्यामधील संबंध नाही; तर देव, भक्त आणि विश्व यांच्यामधील संबंध आहे आणि अद्वैतज्ञानाची आवश्यकता असण्याचे एक महत्त्वाचे कारण म्हणजे भक्तिव्यवहारामध्ये विश्वाला असलेले स्थान. हे सर्व विश्व ईश्वरस्वरूप आहे असे ज्ञान भक्ताला झाले पाहिजे

९. *म्हणोनि माझिया भजना। उचितु तोचि अर्जुना। गगन जैसे आलिंगना। गगनाचिया।।* (तत्रैव, १५.५६४)
   मी जालिया संभवे। भक्ति माझी।। (तत्रैव, १५.५६६)
   ते ज्ञाननिष्ठा जेथ हातवसे। तेथ भक्ति माझी उल्लासे।। (तत्रैव, १८.१२४८)

१०. *जे तया ज्ञानाचेनि प्रकाशे। फिटले भेदाभेदाचे कवडसे।*
   मग मीचि जाहला समरसे। आणि भक्तुही तेवीचि।। (तत्रैव, ७.११२)
   आणि मी होऊनि माते। सेवणे आहे आयिते।
   ते करी हाता येते। ज्ञाने येणे।। (तत्रैव, १८.१४०५)

ते भक्तीचा व्यवहार खुंटवण्यासाठी नाही, तर विश्व ईश्वररूप असल्यामुळे तेही ईश्वरासारखेच सेव्य आहे हे पटण्यासाठी. त्यामुळे अंतिमत: फक्त दोघेच शिल्लक राहतात. एक स्वत: भक्त आणि दुसरा म्हणजे विश्वासकट किंवा विश्वरूप असलेला ईश्वर.[११] परंतु एकदा असे मानले म्हणजे भक्ती ही केवळ ईश्वराची पूजाअर्चा, जपध्यान न राहता विश्वाची म्हणजेच विश्वामधील मानवांचीही सेवा ठरते व भक्त हा समाजाशी सन्मुख होतो. गिरिकंदरांत जाण्याची किंवा देवळात बसून राहण्याची त्याला गरज राहत नाही. थोडक्यात, ज्ञानदेवांच्या भक्तीला ठसठशीत असे सामाजिक परिमाण आहे.

ईश्वराच्या संदर्भात त्याची भक्ती करणे म्हणजे त्याची पूजा, ध्यान, नाम, जप, नैवेद्य असे सामान्यपणे मानले जाते. पण ही भक्ती जेव्हा विश्वाकडे वळते, तेव्हा माणसाची पूजा, ध्यान, जप असे काही करणे म्हणजे भक्ती असे म्हणणे अगदीच हास्यास्पद होईल. मानवांची भक्ती म्हणजे त्यांची खरोखरीच सेवा करणे, त्यांना मदत करणे, त्यांच्या संदर्भातील आपली कर्तव्ये पार पाडणे.[१२] अशा प्रकारे ज्ञानोबांची भक्ती ही टिळकांनी ज्याच्यावर भर दिला त्या कर्माशी अविरोधी आहे. टिळकांचे कर्म हे ज्ञानदेवांच्या भक्तीतून निष्पन्न होते असेही म्हणता येईल. या मुद्द्यांची जाणीव टिळकपूर्व विचारवंतांनाही होती हे लक्षात घेतले पाहिजे.[१३]

आता ईश्वर, जीव (आणि विश्व) यांना एकत्रितपणे सम्यक्पणे पाहू शकणारी भक्तीची दृष्टी कोणती याचा विचार करू. खुद्द शंकराचार्यांना ब्रह्म आणि जगत् यांच्यामधील कोणत्या प्रकारचा संबंध अभिप्रेत होता, हा मुद्दा येथे प्रस्तुत नाही. सर्वसाधारणपणे अद्वैतवाद म्हणजे मायावाद किंवा विवर्तवाद असेच मानण्यात येते. सामान्य लोक असे मानतातच; परंतु स्वत:ला वेदान्ती समजणाऱ्यांचीही हीच भूमिका असते. *विवेकसिंधु* हा ज्ञानेश्वरीच्याच मागेपुढे निर्माण झालेला ग्रंथ पाहिला, तर महाराष्ट्रातही अशीच भूमिका असल्याचे दिसून येईल.

---

११. *हे एकैक शिकऊ काई। पै सेक्कै आपुला ठाई।*
उरूनी येर सर्वही। मी सेवा करी।। (तत्रैव, १८.१३६०)
मग भरलेया जगाआतु। जाऊनि तिजयाची मातु।
होऊनि ठायील एकांतु। तुम्हा आम्हा। (तत्रैव, १८.१३६२)

१२. *भक्तीचे ते ज्ञान। वाचे नारायण। दया ते संपूर्ण सर्वांभूती।* ज्ञानेश्वरमहाराज यांची सार्थ गाथा, सं. विनायकबुवा साखरे, अ.क्र. १३४, *आम्ही न देखो अवगुणां। पापी पवित्र शहाणा।। अवघी रूपे तुझी देवा। वंदू भावे करू सेवा।।* तुकाराम गाथा, महाराष्ट्र शासन, १६८८

१३. प्रस्तुत मुद्द्याच्या सविस्तर विवेचनासाठी पाहा, 'विसाव्या शतकाची पार्श्वभूमी' हा याच संग्रहातील पृ. १०४ ते १२० वरील लेख.

ज्ञानदेवांवर शैव अथवा प्रत्यभिज्ञा तत्त्वज्ञानाचा प्रभाव होता आणि शैव हे अद्वैती असूनही मायावादी नाहीत हे लक्षात ठेवले पाहिजे. माया नावाची अज्ञानात्मक सत्ता न मानताही अद्वैताची व्यवस्था कशी लावायची हा त्यांच्यापुढचा प्रश्न आहे. हा प्रश्न सोडवताना त्यांनी सत्ताशास्त्राकडे मानवी जीवनव्यवहाराच्या बाजूने पाहिले. भारतीय सौंदर्यशास्त्र आणि काव्यशास्त्र यांचे प्रणेते हेच काश्मिरी शैव तत्त्ववेत्ते होते हे लक्षात ठेवले पाहिजे. काश्मिरी शैव, त्यांना अनुसरून ज्ञानदेव आणि ज्ञानदेवोत्तर संत यांनी विश्व हे परम शिवाचे विकसित रूप मानले. विश्व ही जणू परम शिवाने रचलेली कलाकृती आहे. शिव हे विश्वरूपी नाटक नटला किंवा विश्व हे त्या नर्तकाचे नृत्य आहे.[१४] असे ईश्वर आणि विश्व यांच्या संबंधाचे स्पष्टीकरण करणारे एक वेगळेच 'मॉडेल' आपणाला येथे मिळते. हे मॉडेल रज्जुसर्प, शुक्तिरजत अशा विवर्तवादी मॉडेलपेक्षा वेगळे आहे हे सांगण्याची गरज नाही. स्वानंदप्रतीतीकरिता चाललेला हा

१४. 'नर्तक आत्मा' हे शिवसूत्र किंवा शिवाची 'जगन्नाट्यशैलूष' अशी वर्णने शैव ग्रंथांमधून नेहमी आढळतात. परमार्थत: परब्रह्मच सत्य आहे असे मानणाऱ्या वेदान्त्यांच्या भूमिकेशी ज्ञानदेवांचा विरोध नाही; पण फरकाचा मुद्दा सूक्ष्म व महत्त्वाचा आहे. विश्व हे विवर्त नसून विकास आहे, परम शिवाने रचलेले नाट्य आहे. नट आणि रसिक दोन्हीही तोच आहे. एका दृष्टीने नाटकातील नटाचे 'नटणे' हा भ्रमच असतो; परंतु हा भ्रम दोरीवर भासणाऱ्या सर्पापेक्षा वेगळ्याच प्रकारचा आहे. सर्पभ्रम हा ज्ञात्याच्या अनिच्छेने झालेला असतो व त्यापासून जेवढी लवकर सुटका होईल तेवढे बरे असते. नाटकातील भ्रम स्वेच्छाजन्य व आनंददायक असतो. विश्वनाट्याची (उदाहरणार्थ, कृष्ण आणि अर्जुन यांचे द्वैत असण्याची) (ज्ञानदेवांच्या मते, कृष्णच अर्जुनरूपाने नटलेला आहे.) गरज परमात्मा आणि जीव दोघांनाही आहे. हे कृतक द्वैत भक्तीसाठी आवश्यक आहे. *तुका म्हणे भक्तीसाठी हरिहर। अरूपीचे क्षर विभाग हे।* तुकोबांनी हे अत्यंत स्पष्टपणे मांडलेले आहे. उदाहरणार्थ,

नटनाट्य तुम्ही केले याजसाटी। कवतुके दृष्टी निववावी।।
नाही तरि काय कळले चि आहे। वाघ आणि गाय लाकडाची।।
अभेद चि असे मांडियेले खेळा। केल्या दीपकळा बहुएकी।।
तुका म्हणे रूप नाही दर्पणात। संतोषाची मात दुसरे ते।। (तु.गा. १३७४)
(अर्जुन हा कृष्णाचा आरसा आहे असे ज्ञानदेवही म्हणतात किंवा अर्जुनाच्या निमित्ताने देव आपणच *दुसरेपणाने नटला–स्वत:साठी, असेही ते म्हणतात.)*
नटनाट्ये अवघे संपादिले सोंग। भेद दाऊ, रंग न पालटे।।
मांडियेला खेळ कौतुक बहुरूप। आपुले स्वरूप जाणतसे।।
स्फटिकाची शिळा उपाधि न मिळे। भाव दावी पिवळे लाल संगे।।
तुका म्हणे आम्ही या जनाविरहित। होऊनि निश्चिंत क्रीडा करू।। (तु.गा. ५६४)

येथे तुकोबांची अवतरणे वापरण्याचे कारण म्हणजे ज्ञानोबा ते तुकोबा हे एक आर्थिक (Hermeneutic) एकजिन्नस आहे. ज्ञानदेवांमध्ये सूचित किंवा अस्पष्ट असलेले मुद्दे पुढे इतर संतांनी (विशेषत: तुकोबांनी) पूर्णपणे, स्पष्टपणे निष्पन्न करून दाखवले. अर्थात हा एका मोठ्या अभ्यासाचा विषय होईल.

खेळ आहे व त्यात ईश्वर आणि भक्त या दोघांनाही महत्त्व आहे. ईश्वर आणि भक्त हे अशा प्रकारे रसिक ठरतात. वेगळ्या शब्दांत सांगायचे म्हणजे भक्ती ही रसनिर्मिती आहे. अशा प्रकारे ज्ञान आणि कर्म यांच्या बरोबरीने आपणाला सौंदर्य हा आणखी एक व्यवहार येथे पाहायला मिळतो.[१५] काश्मिरी शैव दर्शनात मिळणारा हा धागा पुढे बंगाली वैष्णव परंपरेने वेगळ्या दिशेने विकसित केला; परंतु तो भिन्न मुद्दा आहे.

ज्ञानदेवांच्या पुढचा एक महत्त्वाचा प्रश्न म्हणजे भक्तीचा व्यवहार मुळी शक्यच कसा आहे. ज्ञानेश्वरीत याचे उत्तर ज्ञानदेवांनी सूचित केलेले दिसते. परंतु अनुभवामृतात हाच प्रश्न मुख्य बनतो. अद्वैतात भक्तीची गरज नाही म्हणून भक्ती टाकणारे अद्वैत वेदान्ती आणि अद्वैतात भक्ती शक्य नसल्यामुळे द्वैताचा पुरस्कार करणारे महानुभाव द्वैती (कदाचित मध्वाचार्यही?) ज्ञानदेवांच्या समोर होते. त्यांना उत्तर देण्यासाठी ज्ञानदेवांनी *अनुभवामृतात* वेगवेगळ्या दृष्टान्तांच्या साहाय्याने अद्वैतात भक्ती शक्य आहे असे दाखवण्याचा प्रयत्न केलेला आहे.

परंतु भक्ती शक्य आहे, एवढेच सांगून ज्ञानदेव थांबत नाहीत. शक्य असलेली प्रत्येक गोष्ट इष्ट असतेच असे नाही म्हणून भक्तीच्या इष्टतेचाही ते विचार करतात. एका बाजूने भक्ती ही अद्वैताला बाधक नाही असे दाखवणे आणि दुसऱ्या बाजूने भक्ती ही आनंदवर्धक आहे असे दाखवणे अशी त्यांची दुहेरी चाल आहे. अर्थात हे करताना त्यांनी उपरोक्त 'एस्थेटिक मॉडेल' गृहीत धरलेले आहे हे वेगळे सांगायला नको.

ज्ञानदेवांचे अभंग हे त्यांच्या स्वतःच्या भक्तीच्या व्यवहाराची अभिव्यक्ती करतात. *ज्ञानेश्वरीमध्ये* ही अभिव्यक्ती कृष्ण आणि अर्जुन यांच्यामार्फत झालेली आहे. उदाहरणार्थ, गीतेच्या अठराव्या अध्यायात सर्व भूतमात्रांच्या हृदयात असलेला ईश्वर हे निर्गुणाचे, तर स्वतः श्रीकृष्ण हे सगुणाचे प्रतीक आहेत. ज्ञानदेवांच्या अभंगांमधून स्वतः ज्ञानदेवांच्या हृदयातील (हृदयस्थ) ईश्वर आणि विठ्ठलमूर्तीच्या रूपाने समोर दिसणारा सगुण ईश्वर यांचे द्वंद्व नाट्यपूर्ण रीतीने मांडले गेलेले आहे.

ज्ञानदेवांच्या भक्तीचे एक रेखाचित्र सादर करण्याचा हा अल्पसा प्रयत्न आहे. रेखाचित्रापेक्षाही बिंदुचित्र ही संज्ञा वापरणे अधिक उचित होईल. हे सर्व बिंदू जोडून सुस्पष्ट सुसंगत असे चित्र उभे करण्याचे कार्य अजून शिल्लक आहे. भक्तीचा अभ्यास करण्यास अद्यापही वाव आहे, एवढे ठसवण्याइतपत हा लेख पुरेसा ठरला तरी तो यशस्वी ठरला, असे मी मानतो.

∎

---

१५. या संदर्भात मराठी भक्तिपरंपरा आणि बंगाली भक्तिपरंपरा यांची तुलना करून मराठी परंपरेची वैशिष्ट्ये सांगितली पाहिजेत.

७. प्रस्तावना : सार्थ अमृतानुभव

महाराष्ट्र शारदेचे कंठमणी ज्ञानदेवांनी लिहिलेल्या *ज्ञानेश्वरीचे* शके १९१२ हे सप्तशताब्दी वर्ष. नामदेवांची परंपरा असे सांगते, की *ज्ञानेश्वरी* लिहिली त्याच साली, त्याच स्थानी, म्हणजे नेवासे येथे, लगोलग *अमृतानुभवाचीही* निर्मिती झाली. त्यामुळे शके १९१२ हे ज्ञानेश्वरीप्रमाणेच अमृतानुभवाचेही सप्तशताब्दी वर्ष ठरते. याच वर्षी ज्ञानदेवांच्या तत्त्वज्ञानाचे चिंतन करण्यात ज्यांनी आपले आयुष्य वेचले त्या कै. रामचंद्र नारायण सराफ यांच्या *अमृतानुभवावरील मराठी गद्य टीकेचे* प्रकाशन झाले ही अतिशय औचित्यपूर्ण व आनंददायक घटना. सराफांच्या या कृतीला प्रस्तावना लिहिण्याचा माझा अधिकार आहे असे मला वाटले नव्हते; परंतु या ग्रंथाच्या प्रकाशनासाठी ज्यांनी संकल्पापासून सिद्धीपर्यंतच्या सर्व टप्प्यांवर मनापासून मेहनत घेतली त्यांच्या स्नेहाधिकाराच्या पोटीच मी हे साहस करायला प्रवृत्त झालो.

अमृतानुभवाचे स्थान मराठी साहित्यामध्ये अनन्यसाधारण आहे हे मुद्दाम सांगायला हवे असे नाही. *अमृतानुभवावर* जितक्या टीका झालेल्या आहेत, तेवढ्या अन्य कोणत्याही मराठी ग्रंथावर झालेल्या नाहीत. *अमृतानुभवाच्या* संदर्भात जितके वादविवाद झालेले आहेत तितके कदाचित *गीतारहस्य* सोडले तर दुसऱ्या कोणत्याही पुस्तकाच्या संदर्भात झालेले नाहीत. या दोन बाबींचा उल्लेख करणे मात्र आवश्यक आहे.

भारतात तात्त्विक विचारांची परंपरा फार जुनी आणि समृद्ध आहे. त्यामुळे कोणत्याही नवीन ग्रंथाचा विचार स्वाभाविकपणे प्राचीन विचारांच्या पार्श्वभूमीवर आणि तुलनेत होत असतो. त्यामुळे कधीकधी सदर ग्रंथातील नव्या विचारांवर अन्याय होण्याचीही शक्यता असते. चौकट मोडण्यासाठी मांडलेल्या विचारांना एखाद्या जुन्या चौकटीत जबरदस्तीने कोंबण्याचा प्रयत्नही होत असतो. अमृतानुभवाच्या किंवा एकूणच ज्ञानेशीय वाङ्मयाच्या वाट्याला हे दुर्भाग्य आलेले आहे. एखाद्याने अमृतानुभवाची मांडणी संक्षेप शारीरकाच्या पद्धतीने करावी, तर कोणी ब्रह्मसूत्रांच्या

धर्तीवर अमृतानुभवाची सूत्रात्मक मांडणी करावी. कोणी ज्ञानदेवांना परमहंसपरिव्राजक म्हणावे, तर कोणी 'शांकरी विद्या' म्हणजे शंकराचार्यांचे तत्त्वज्ञान म्हणावे. अशा परिस्थितीत ज्ञानेश्वरांवरील तात्त्विक प्रभाव न नाकारता त्यांचे स्वत:चे नेमके योगदान कोणते हे पाहण्यासाठी जी निरपेक्ष दृष्टी आणि प्रामाणिकपणा व अनाग्रह असण्याची आवश्यकता आहे तो सराफांजवळ होता आणि म्हणूनच सराफांनी अमृतानुभवाला न्याय दिलेला आहे असे म्हटले तर त्यात काहीच अतिशयोक्ती नाही.

अमृतानुभव लिहिण्यापूर्वी ज्ञानदेवांनी ज्ञानेश्वरी लिहून भाष्यकार या नात्याने मान्यता मिळवली होती. पारंपरिक आख्यायिकेप्रमाणे निवृत्तिनाथांनी त्यांना स्वतंत्र रचना करण्यास सांगितले. ही आख्यायिका खरी असो अथवा खोटी, एक गोष्ट अगदी स्वच्छ आहे की आपले मत भाष्यग्रंथातून मांडायचे झाले तर त्यात फारच अडचणी येतात. ज्या ग्रंथावर भाष्य करावयाचे आहे त्या ग्रंथाची विशिष्ट चौकटच भाष्यकारावर काही मर्यादा घालते. या मर्यादा ओलांडून जायचे म्हटले तर भाष्यकाराला फारच आग्रही व्हावे लागते, अर्थाची ओढाताण करावी लागते व त्यासाठी नाना कसरती कराव्या लागतात. गीतेवरील जवळजवळ सर्व पारंपरिक भाष्ये अशा प्रकारची आहेत. ज्ञानेश्वरांना गीतेवर अशा प्रकारे आपला स्वत:चा विचार लादायचा नव्हता. त्यामुळे त्यांनी ज्ञानेश्वरीत गीतार्थाची ओढाताण करण्याचा प्रयत्न केला नाही. होता होईल तो मुळातला अर्थ कायम ठेवून शक्य असेल तेथे आपल्या मताचे केवळ सूचन केले, असे सराफांनी त्यांच्या यापूर्वीच प्रकाशित झालेल्या *अनुभवामृत आस्वाद* टीकेच्या परिचयात म्हटले आहे. सराफांच्या या म्हणण्यात बरेचसे तथ्य आहे. हे मत मान्य केले तर ज्ञानेश्वरी व अन्य गीताटीका यांच्यामधील फरक समजून येतो व त्याचबरोबर ज्ञानेश्वरीनंतर अमृतानुभव का लिहावा लागला याचे स्पष्टीकरणही मिळते.

ज्ञानदेव हा महाराष्ट्राचा एक आकर्षणबिंदू आहे. अनेकांना ज्ञानदेव आपले असल्याचे वाटते हे चांगले आहे; पण जेव्हा ज्ञानदेव आपलेच आहेत असे वाटायला लागते तेव्हा मात्र थोडी पंचाईत होते. ऐतिहासिक तथ्य असे सांगते की मुळात गहिनीनाथांनीच नाथ संप्रदायाची आपली परंपरा निवृत्तिनाथांना उपदेश देताना महाराष्ट्रातील कृष्ण-विठ्ठल म्हणजे वारकरी संप्रदायात मिळवून टाकली. नाथ परंपरेतून ज्ञानदेवांना काश्मिरी शैव तत्त्वज्ञानाचा वारसा मिळाला होता. काश्मिरी शैव हे अद्वैतवादीच असले तरी त्यांचे अद्वैत शंकराचार्यांच्या नावाने मांडण्यात येणाऱ्या अद्वैतापेक्षा वेगळे आहे. त्यामुळे ज्ञानदेव अद्वैती असलेच तर शैवाद्वैती आहेत, शांकराद्वैती नव्हेत.

ज्ञानदेवांच्या अद्वैत तत्त्वज्ञानाचा आणि वारकरी संप्रदायाचा संबंध नेमका कोठे येतो हा प्रश्न येथे उपस्थित होतो आणि त्याचे उत्तर अमृतानुभवात मिळते.

तत्त्वज्ञानात व आचारात भक्तीचे नेमके स्थान कोणते ही एक महत्त्वाची समस्या आहे. ज्ञानदेव व वारकरी–विचारधारा भक्ती मानणारे आहेत. ज्ञानदेवांना भक्तीचे समर्थन करावयाचे आहे. पाश्चात्त्य तत्त्वज्ञ कांट यांच्या चौकटीचा उपयोग करून सांगावयाचे झाल्यास असे म्हणता येईल की, भक्ती ही कशी शक्य आहे हे ज्ञानदेवांना दाखवावयाचे आहे आणि हे दाखवण्याची गरज निर्माण होते. आचार्यपक्षात भक्तीचे महत्त्व गौण आहे. भक्ती ही ज्ञानयोग्यता अंगी यावी यासाठी फार तर चित्तशुद्धीचे साधन म्हणून मान्य आहे. ज्ञान झाल्यावर भक्तीची गरज नाही. किंबहुना ऐक्यतेच्या अवस्थेत भक्ती शक्यही नाही.

दुसऱ्या शब्दांत सांगायचे म्हणजे कर्माच्या क्षेत्रात जसे टिळक हे आचार्यपक्षाचे विरोधक आहेत तसे भक्तीच्या क्षेत्रात ज्ञानदेव हे आचार्यपक्षाचे विरोधक आहेत. टिळक आणि ज्ञानदेव हे दोघेही तसे अद्वैतीच आहेत; पण टिळकांना आचार्यपक्षाचे अद्वैतवादी सत्ताशास्त्र जसेच्या तसे स्वीकारार्ह आहे. ज्ञानदेवांना मात्र दुसऱ्या प्रकारचे अद्वैत अभिप्रेत आहे. त्यामुळे टिळकांच्या बाबतीत मायावाद व कर्मवाद यांच्यात आंतरिक सुसंगती आहे का, असा प्रश्न केव्हा केव्हा विचारता येतो तसा ज्ञानदेवांच्या बाबतीत मायावाद व भक्तिवाद यांच्यात आंतरिक सुसंगती आहे का, असा प्रश्न विचारण्याची सोय नाही.

परंतु टिळकांचे काम ज्ञानदेवांच्या कामापेक्षा सोपे आहे. कर्म शक्य आहे काय, असा प्रश्न विचारला तर त्याचे उत्तर कर्म केवळ शक्यच नाही तर अपरिहार्य आहे, इतके जोरदार रीतीने देता येते. ज्ञानोत्तर कर्म का करावे याचे विवेचन करताना व्यक्तिगत शरीरयात्रा तडीस नेण्यासाठी जर काही किमान कर्मे करणे अटळच आहे, तर लोकयात्रा व लोकसंग्रह यांच्यासाठी आवश्यक कर्मे का करू नयेत, असा प्रश्न विचारता येतो. भक्तीच्या संदर्भात मात्र भक्ती ही कर्माप्रमाणे अपरिहार्य किंवा अटळ आहे असे म्हणता येत नाही. म्हणून टिळकांचे काम ज्ञानदेवांच्या कामापेक्षा सोपे आहे.

ज्ञान्यालाही भक्ती कशी संभवते याचे उत्तर देताना ज्ञानदेवांनी चिद्विलासवादाचा उपयोग करून घेतला आहे. भक्तीसाठी द्वैत लागते व ज्ञानी तर अद्वैतानुभूतीत गढलेला, भक्तीने अद्वैताला बाधा येईल!

ज्ञानदेव असे दाखवतात की, अद्वैताला धक्का न लागता भक्ती शक्य आहे. त्यांनी उदाहरण दिले आहे ते असे – *देव देऊळ परिवारु। कीजे कोरोनी डोंगरु।*

तैसा भक्तिव्यवहारु। का न व्हावा।। म्हणजे अद्वैतात भक्ती कशी शक्य आहे असे विचारणाऱ्याला ते डोंगरात कोरलेल्या लेण्याचा दाखला देऊन भक्ती कशी शक्य नाही, असा आव्हानात्मक प्रतिप्रश्न विचारतात.

परंतु एखादी गोष्ट केवळ शक्य आहे एवढे दाखवून दिल्याने ती कर्तव्य आहे किंवा इष्ट आहे असे निष्पन्न होत नाही. भक्तीमुळे अद्वैताला बाधा येत नाही हे ठीक आहे; परंतु अद्वैतावस्थेपेक्षाही काहीतरी अधिक लाभ त्यात असेल तरच शक्यतेवरून इष्टतेकडे जाता येईल. येथेही ज्ञानदेव असाच दाखला देऊन आव्हानात्मक प्रतिप्रश्न विचारतात.

आहो ऐक्याचे मुदल न ढळे। वरी साजिरेपणाचा लाभु मिळे।
तरी स्वतरंगाची मुकुळारे। तुरंबु का पाणी।।

तुकोबांनी मुदलाबाबतच्या तिन्ही शक्यता फारच चांगल्या प्रकारे सांगितल्या आहेत.

१. *मुदलामधे पडे तोटा। ऐसा खोटा उदीम।।*
२. *मुदल जतन झाले। मग लाभाचे काय आले।।*
३. *सर्वात्मकपण। माझे हिरोनी नेतो कोण।।*
   मनी भक्तीची आवडी। हेवा व्हावी ऐसी जोडी।।

असेही म्हणता येईल की, अमृतानुभवातून ज्ञानदेवांनी भक्तीचे जे समर्थन केले, ते पुढील सर्व वारकरी संतांनी गृहीत धरलेले आहे. संतांच्या अभंगांमधून अमृतानुभवाचे पडसाद ठायीठायी उमटलेले ऐकू येतात. पण स्वतंत्रपणे काही लिहिण्याची आता गरज नव्हती. वारकरी संप्रदायाचा ज्ञानदेवांनी रचलेला असा हा पक्का तात्त्विक पाया आहे.

भक्तीच्या शक्यतेचे, आवश्यकतेचे व इष्टतेचे स्पष्टीकरण करताना ज्ञानदेवांनी उपयोग केलेला आहे तो त्यांच्या स्वतःच्या अनुभवांचा. प्रत्येक अनुभव हा वैयक्तिक असतो आणि तो दुसऱ्याला सांगणे म्हणजे त्याच्या वैयक्तिकतेवर मात करणे. त्यासाठी वापरावी लागते ती भाषा. कारण भाषा ही सार्वजनिक असते. अर्थात भाषेतून अनुभव सांगता येतो याचे कारण भाषा ही स्वतःच कोठेतरी अनुभवाशी निगडित असते. त्यामुळे एखाद्या वेगळ्या अनुभवाचे संज्ञापन भाषेतून करायचे असेल तर श्रोते अथवा वाचक हे ज्या अनुभवांशी अगोदरच परिचित आहेत, त्या अनुभवांचा उपयोग करून घ्यावा लागतो. म्हणजेच येथे उपमानांचा उपयोग करावा लागतो. ज्ञानदेवांना जो अनुभव सांगायचा आहे तो असा अनुभव आहे. म्हणूनच तो सांगताना त्यांना उपमानांचा इतका उपयोग करावा लागला आहे की, सराफांनीच

म्हटल्याप्रमाणे त्यांची भाषा ही जणू चित्रभाषाच झाली आहे. मी तर असे म्हणेन की, अमृतानुभव हे एक चित्रमय काव्यच आहे. जे सांगणे अतिशय अवघड आहे ते ज्ञानदेव जणू दाखवत आहेत. परंतु अनेकदा होते असे की उपमेयाच्या पुढे उपमान अगदीच तोकडे पडते तरीसुद्धा उपमेयाची कल्पना येण्यासाठी ते उपमानाच्याही पुढचे पाहण्याचे आवाहन करतात. झाडावर चढून एखादे दृश्य पाहावे तसे ज्ञानदेवांच्या उपमानांवर जणू काही आरूढ होऊन दूरचे पाहावे लागते. अशा प्रकारे ज्ञानदेव आपला अनुभव सार्वजनिक बनवतात. त्यांची ही अशी डोळ्यांची भाषा आहे. वटबीज न मोडताच वटाचा विस्तार झाला असता तर... किंवा जर चेंडू स्वत:च्याच हातून सुटून स्वत:वरच आदळून स्वत:कडे परत आला तर... यांसारखी त्यांची अनेक **counterfactual** उपमाने आहेत. ज्ञानदेवांच्या युक्तिवादाची पद्धत काही आधारविधाने देऊन त्यांच्यावरून निष्कर्ष निष्पन्न करणे अशी नाही, तर एकामागून एक उपमाने दाखवत दाखवत आपला सिद्धान्त 'दाखवणे' अशी आहे. याला हवे तर युक्तिवाद म्हणू नका; पण ज्ञानदेवांना जे सांगायचे आहे ते सांगायचा हाच सर्वोत्तम मार्ग आहे.

सराफांनी ज्ञानदेवांच्या अद्वैताचे अतिशय समर्पक विवरण केलेले आहे. ज्ञानदेवांच्या अद्वैताला आचार्य शिवाजी भावे श्रेष्ठाद्वैत म्हणतात. ज्ञानदेवांचाच शब्द वापरून सांगायचे झाले तर ते 'अस्फुट' अद्वैत आहे. भेद कितीही वाढला, दृश्यांचे अगणित आकार निर्माण झाले आणि निमाले तरी मूळ अभेदाला बाधा येत नाही. उलट वाढलेला भेद हा मूळ अभेदाचेच दर्शन घडवणारा असतो. सराफांनी या संदर्भात तीन दृष्टी सांगितलेल्या आहेत. विवर्तवाद, परिणामवाद आणि चिद्‌विलासवाद. विवर्तवादात जो बदल दिसतो तो मिथ्या असतो. परिणामवादात बदल खरा असतो; पण ती विकृती असते. चिद्‌विलासात बदल खरा असला तरी अविकृत असतो. परिणामवादातील विकृती आणि विवर्तवादातील मिथ्यात्व या दोन्ही आपत्ती टाळून आपणास चिद्‌विलासवाद म्हणजेच अविकृत परिणामवाद मिळतो असे सराफांचे विवेचन आहे. सराफांच्या म्हणण्याला ज्ञानदेवांच्या अभंगांमधूनही पाठिंबा मिळतो. ज्ञानदेवांनी म्हटले आहे –

ऐसा सर्वांअतीत। परी ऐसा जगभरीत।
कनक कांकणी राहत। तैसा अविकृत निरंतर।।

किंवा

ईश्वरचि लेणे जग लेई। विश्वी अलंकारला देव।

अलंकार ही सोन्याची विकृती नाही. सोने व अलंकार यांच्यात गुणात्मकदृष्ट्या

काहीच फरक नाही. कदाचित अलंकार हा सोन्याने धारण केलेला आकार आहे व तो मिथ्या ठरत नाही. उलट सोन्याने आकारहीन म्हणजे लगडीच्या स्वरूपात असण्यापेक्षा अलंकार असण्यात शोभा आहे, लाभकारक आहे. विश्व ही वस्तुप्रभा आहे असा ज्ञानदेवांचा सिद्धान्त आहे. त्यामुळे

यालागी वस्तुप्रभा। वस्तुचि पावे शोभा।
जातसे लाभा। वस्तुचिया।।

आपल्या या श्रेष्ठाद्वैताची मांडणी करताना ज्ञानदेवांनी काश्मिरी शैव तत्त्वज्ञानातील शिव आणि शक्ती हे द्विदल तत्त्व स्वीकारले. अभंगांमधूनही त्याचे पडसाद कानांत घुमतात.

उदाहरणार्थ,

अर्धनारीपुरुष एकरूप दिसे।
तेचि ब्रह्म ऐसे जाण बाई।। तसेच
शिवशक्तीचा भेद अर्धनारीपुरुष। आणि
ज्ञानदेव म्हणे शिव तेची शक्ती।

आचार्यपक्षाचे अद्वैत भक्तीला पोषक नाही हे जाणवल्यामुळे व ईश्वर आणि जीव यांच्यातील सेव्यसेवकतेचा किंवा भक्तीचा संबंध टिकवण्याची गरज भासल्यामुळे ज्ञानेश्वरांच्या लगत पूर्वी होऊन गेलेल्या चक्रधरस्वामींनी द्वैतमत प्रतिपादन केले. मात्र चक्रधर जरी द्वैती असले, तरी जगताच्या बाबतीतील त्यांची भूमिका ही विवर्तवादाच्या जवळचीच आहे. ते संसाराला दीर्घ स्वप्नही मानतात. ज्ञानदेवांनी अमृतानुभव लिहून एका बाजूला आचार्यपक्ष व दुसऱ्या बाजूला चक्रधर या दोघांनाही शह देऊन एका दगडात दोन पक्षी मारण्याचे कसब साधले आहे. अद्वैतात भक्ती शक्य आहे, या वाक्याचे दोघांसाठी दोन वेगवेगळे निष्कर्ष निघतात. अद्वैत मानणाऱ्यांनी भक्तीला विरोध करण्याचे कारण नाही हा एक; आणि भक्ती प्रतिपादन करणाऱ्यांनी अद्वैताला विरोध करण्याचे कारण नाही हा दुसरा.

ज्ञानदेवांच्या मते सत्ता ही चिद्रूप आहे आणि विश्व हा या सत्तेचा विलास आहे. सत्ताशास्त्राच्या क्षेत्रात ज्ञानदेव हे निश्चितच चिद्वादी आहेत. चिद्रूप–ज्ञानमात्र द्रष्टा स्वप्रतीतीसाठी दृश्यरूपाने स्वत:लाच स्वत:तच सन्मुख होतो, जगद्रूपाने नटतो. जर्मन चिद्वादी तत्त्ववेत्ता हेगेल याच्या मतानुसारही चिद्रूप 'स्पिरीट' किंवा 'आयडिया' स्वत:च्याच ज्ञानासाठी विश्वरूपाने जणू बहि:स्थ होते तेच विश्व; पण या प्रक्रियेत एक वेदनादायक गोष्ट घडते, ती म्हणजे मूळ सत्तेचा स्वत:पासून दुरावा अथवा परात्मता. हेगेलच्या मते, इतिहासाच्या प्रक्रियेत अखेर या दुराव्यावर मात

होते. निसर्ग हे आपलेच बहि:स्थ स्वरूप असल्याची जाणीव म्हणजेच या परात्मतेवर केलेली मात. ज्ञानदेवांच्या तत्त्वज्ञानात मात्र आत्मराजाच्या दृश्यरूपाने नटण्यात कोठेही, कोणत्याही प्रकारचा दुरावा वा अलगपणा निर्माण होत नाही. त्यामुळे त्यावर मात करण्याचा प्रश्नच उद्भवत नाही. हेगेलप्रमाणे ज्ञानदेवांनी इतिहासाचे वा समाजाचे तत्त्वज्ञान निर्माण केले नाही हे खरे; परंतु असे तत्त्वज्ञान त्यांच्या तत्त्वज्ञानाच्या आधारे निर्माण करता येणे शक्य आहे याची जाणीव न्यायमूर्ती रानडे यांना झालेली होती व त्यांनी तसे सूचितही केलेले आढळते.

ज्ञानदेवांचे अद्वैत आणि हेगेलचे अद्वैत यांच्यातील जो फरक सांगितला त्याच्या मुळाशी बऱ्याच प्रमाणात काश्मिरी शैवांचे अद्वैत आहे हे उघड आहे. परंतु याचा अर्थ असा नाही की, ज्ञानदेवांचे अद्वैत हे शैवाद्वैताची सहीसही नक्कल आहे. त्या दोहोंमध्येही फरक आहेच. एक लक्षणीय फरक असा की, ज्ञानदेव हे कविप्रकृतीचे असल्यामुळे त्यांची सौंदर्यदृष्टी आणि रसिकता यांचे त्यांच्या तत्त्वज्ञानात जागोजाग दर्शन घडते. काश्मिरी तत्त्वज्ञान हे चिद्विकास सांगते, तर ज्ञानदेव चिद्विलासावर भर देतात. विलासाची कल्पना ही विकासाच्या कल्पनेपेक्षा अधिक हृद्य आणि काव्यात्म आहे.

अमृतानुभवाचे तत्त्वज्ञान हे वारकरी संप्रदायाला पायाभूत असल्याचे मी अगोदर म्हटले आहे. स्वत: ज्ञानदेवांच्या तत्त्वज्ञानाचा मूलाधारही अमृतानुभव हाच आहे. सराफांनी या मुद्द्यावर अचूक बोट ठेवले आहे. अमृतानुभव हे ज्ञानदेवांचे स्वत:चे तत्त्वज्ञान असल्यामुळे त्यांचा दुसरा कोणताही ग्रंथ समजावून घेण्यासाठी आधी अमृतानुभव माहीत असणे गरजेचे आहे. नाही तर गैरसमज निर्माण होण्याची शक्यता आहे. डॉ. भा. पं. बहिरट म्हणतात त्याप्रमाणे अमृतानुभव कालिकदृष्ट्या नंतरचा असला तरी वैचारिकदृष्ट्या अगोदरचा आहे.

सराफांनी ज्या पद्धतीने अमृतानुभवावर लिहिले आहे आणि ओव्यांचे स्वतंत्रपणे विशदीकरण केलेले आहे ते पाहता त्यांचा चौफेर व्यासंग व सखोल चिंतन लक्षात येते. आपणाला श्रीकृष्ण आणि ज्ञानदेव यांचा साक्षात्कार झालेला असल्याचे त्यांनी अतिशय नम्रपणे नमूद केलेले आहे. परंतु साक्षात्काराचा हा भाग पूर्णपणे नजरेआड करूनही सराफांचा ग्रंथ वैशिष्ट्यपूर्ण ठरतो. त्याची महत्ता साक्षात्कारावर अवलंबून ठेवण्याची काहीच गरज नाही. बेळगावसारख्या गावात सराफीचा व्यवसाय करत असताना एक माणूस एवढा व्यासंग करू शकतो यावर एरवी विश्वास बसणे कठीण झाले असते. परंतु आता ग्रंथच समोर असल्यामुळे विश्वास ठेवण्याशिवाय गत्यंतर नाही.

ॲरिस्टॉटल, देकार्त, कांट यांच्यासारख्या पाश्चात्त्य तत्त्ववेत्त्यांच्या ग्रंथांप्रमाणेच

शंकराचार्य, सुरेश्वराचार्य, पद्मपाद, विद्यारण्य, प्रकाशात्म यांच्यासारख्या वेदान्ती तत्त्ववेत्त्यांच्या कृतींशीही सराफांचा चांगला परिचय आहे. इतकेच नव्हे, तर बौद्ध तत्त्वज्ञ नागार्जुन, चंद्रकीर्ती यांच्या कृतीही सराफांनी पाहिलेल्या आहेत. त्यामुळे त्यांच्या ग्रंथाला एक विशाल परिमाण प्राप्त झालेले आहे. शिवाय ते स्वत: अमुक एक विशिष्ट संप्रदायाचे नसल्यामुळे पूर्वग्रहविरहितरीत्या ज्ञानदेवांकडे पाहू शकतात. त्यामुळे अन्य कोणाला न सुचलेले अर्थ त्यांना सुचले यात नवल नाही. अभ्यासामुळे आत्मविश्वास आणि पूर्वग्रह नसल्यामुळे कोणाही पूर्वसूरीच्या दडपणापासून मुक्तता. साहजिकच ज्ञानदेवांच्या विचारविश्वात सराफांच्या बुद्धीने मुक्त संचार केलेला आहे. सातव्या प्रकरणातील एका ओवीचा अर्थ लावताना त्यांनी अज्ञान म्हणजे अ–पूर्व ज्ञान अशी जी मांडणी केलेली आहे त्यावरून त्यांच्या बौद्धिक कुवतीचा व धाडसाचा आवाका सहज लक्षात यावा.

सराफांच्या यापूर्वीच्या रचनांकडे ज्ञानदेवांच्या अभ्यासकांनी फारसे लक्ष दिलेले नाही ही वस्तुस्थिती आहे. अर्थात त्यामुळे नुकसान झाले असेल तर ते सराफांचे नव्हे. परंतु सराफांच्या कृतींना सामोरे जायचे असेल तर सराफांसारख्याच बौद्धिक धैर्याची आवश्यकता आहे. मनाची कवाडे उघडून प्रकाशाला वाट करून देण्याची आवश्यकता आहे. घरात घरकुल करून त्यात *विचारसागर, वृत्तिप्रभाकर* असल्या दुय्यम दर्जाच्या वेदान्त ग्रंथांची भातुकली खेळत विद्वत्तेची फुशारकी मारणारा एक वर्ग गेली शंभर वर्षे महाराष्ट्रात अस्तित्वात आहेच. त्याच्याच हातात ज्ञानदेवांच्या तत्त्वधनाच्या किल्ल्या राहू देणे अतिशय धोकादायक आहे. सराफांच्या ग्रंथांमुळे एवढे जरी अंजन डोळ्यांत घालता आले तरी पुष्कळ आहे.

■

८. वारकरी संप्रदाय : अस्तित्व आणि सातत्य

ज्ञानेश्वरीच्या किंवा एकूणच संतसाहित्याच्या आतापर्यंतच्या अभ्यासाचा आढावा घेतला तर असे दिसून येते की, ज्यांनी संतसाहित्याचा वारसा शेकडो वर्षे घेतला आणि शक्यतोवर जो जगवण्याचा प्रयत्न केला, त्या वारकऱ्यांचा अभ्यास करण्याचा कोणी प्रयत्न केलेला नाही. संतांना आणि संतसाहित्याला वारकरी परंपरेपासून अलग करून त्यांचा अभ्यास करू पाहणे, यात पद्धतिशास्त्रीय गल्लत आहे. वारकरी संतांच्या रचना आणि इतर भक्तकवींनी वैयक्तिक पातळीवरून केलेल्या रचना, यांच्यात स्वरूपतः भेद आहे. दुर्दैवाने इंग्रजी राजवटीत संपूर्ण वारकरी परंपरेत तत्त्वज्ञान-साहित्य-सामाजिक शास्त्रे या पाश्चात्त्य ज्ञानशाखा आत्मसात केलेला एकही विद्वान होऊन न गेल्यामुळे व वारकरी नसलेल्या विद्वानांना वारकऱ्यांबद्दल पुरशी सहानुभूती (या ठिकाणी 'सहानुभूती' हा शब्द समाजशास्त्रीय अभ्यासातील कोटीचा वाचक म्हणून वापरलेला आहे. झुकते माप देण्यासाठी आवश्यक असलेला भावनात्मक कल, या अर्थाने नव्हे) नसल्यामुळे वारकरी पंथाचे यथार्थ स्वरूप आणि कार्य यांचे आकलन नीटपणे होऊ शकले नाही. विशेषतः राजवाडेंच्या 'पॉझिटिव्हिस्ट' पूर्वग्रहातून निष्पन्न झालेल्या लिखाणाला अनुसरणारे अभ्यासक अधिक काही करतील हे संभवनीयही नव्हते.

राजवाडेंच्या 'पॉझिटिव्हिस्ट' पद्धतीमध्ये निदान काही एक गंभीर असे सूत्र होते, अभ्यासाची आणि परिश्रमाची बैठक होती. पुढे 'किर्लोस्करी' धाटणीचा बुद्धिवाद पुढे आला. मधल्या काळात मार्क्सवादी पद्धतीनेही काही लिहून झाले. किर्लोस्करी बुद्धिवाद हा भांडवली व्यक्तिवादी बुद्धिवाद होता आणि सरदारांचा, मुक्तिबोधांचा अपवाद सोडला तर मार्क्सवाद्यांचा विचार उथळ व वरवरचा राहिला. (दि. के. बेडेकरांसारख्या प्रज्ञावंतांची नजर इकडे वळू नये, हे दुर्दैवच.) आज उदाहरणार्थ, नानासाहेब गोरे ज्या प्रकारे विवेचन करत असतात, त्यावरून कोणत्याही एका ज्ञानशाखेवर पूर्ण अधिकार नसताना बुद्धिवादाच्या नावाखाली बौद्धिक कल्पनाविलास चालला असता, काय घडू शकते, हे लक्षात येते. कधीकधी

फुलेवाद, आंबेडकरवाद (फुले-आंबेडकर वाद) या नव्या विचारधारांचा पुरस्कार करणारे अभ्यासक, कार्यकर्ते उत्साहाच्या भरात अवास्तव आणि अनैतिहासिक मांडणी करताना आढळतात. (दिलीप पुरुषोत्तम चित्रे, गो. पु. देशपांडे आणि जयंत लेले यांचा उल्लेख ठळक अपवाद असाच करावा लागतो.)

ज्ञानदेवांनी वारकरी संप्रदायाचा पाया घातला, असे बहिणाबाईंनी म्हटले आहे आणि ते बरोबरही आहे. पण याचा अर्थ ज्ञानदेवांनी वारकरी संप्रदाय सुरू केला असा नाही. तो एक महत्त्वाचा लोकसंप्रदाय म्हणून ज्ञानदेवांपूर्वीही अस्तित्वात होता. इतकेच नव्हे; तर रामदेवराय यादवाला त्याची दखल घेऊन राजमान्यतेची मोहोरही त्याच्यावर उठवावी लागली होती. हा संप्रदाय मुख्यत्वेकरून कृष्णरूप विठ्ठलाच्या उपासनेचा संप्रदाय होता आणि विशेष म्हणजे ज्ञानदेवांच्या नाथ-सांप्रदायिक गुरुपरंपरेनेही विठ्ठलोपासनेला आणि कृष्णोपासनेला मान्यता दिलेली होती. निवृत्तिनाथांचे गुरू गहिनीनाथ यांनी अगदी स्पष्टपणे कृष्णनाम आणि विठ्ठलभक्ती यांचा अंगीकार केलेला होता असे निःसंशयरीत्या म्हणता येते. कदाचित हा अंगीकार त्याही अगोदर गोरक्षनाथांनी केलेला असावा; पण हा मुद्दा खातरीपूर्वक प्रस्थापित करता येत नाही.

नाथ संप्रदायातील धुरिणांना वारकरी पंथाबद्दल असे आकर्षण का वाटावे? एकतर वारकरी पंथ हा लोकपंथ आहे, हे त्यांना समजले असणार आणि दुसरे असे की, खुद्द नाथ संप्रदायांतर्गत अनैतिकता आणि अनाचार वाढीला लागले होते. आणि उलट वारकरी संप्रदायाचा नैतिकतेवरील भर निर्विवाद होता. नाथ पंथातील वाढत्या तांत्रिक वामाचारांवरून त्याच्या अधःपतनाचे भाकीत चक्रधरांनी केलेले असल्याचे सर्वश्रुत आहे. त्या अधःपतनाची चाहूल लागल्यामुळे तर गहिनीनाथांनी नाथ पंथाचा प्रवाह वारकरी पंथाच्या प्रवाहात मिसळून टाकण्याचा निर्णय घेतला नसेल? कारण काहीही असो; परंतु ज्ञानदेवांनंतर नाथ पंथात कोणी तोलामोलाचे व्यक्तित्व होऊन गेले, असे म्हणता येत नाही. जे झाले ते साधनामार्गी होते.

दुसरे असे की, नाथ पंथातील परंपरा ही गुरू-शिष्य परंपरा होती. इतकेच नव्हे; तर तिच्यात गुप्ततेवर भर होता. आदिनाथ ते ज्ञानदेव असा आढावा घेतला तर काय दिसते? गुरूने शिष्याला एकांतात उपदेश करायचा, पुढे त्या शिष्याने त्याच्या शिष्याला एकांतात उपदेश करायचा. अशा प्रकारे पंथाच्या वाढीला एक स्वाभाविक मर्यादा पडलेली होती. ज्ञानदेवांनी गीतेवर मराठी भाष्य लिहून आपल्या त्या गुरुपरंपरेने मिळालेले ज्ञान एकदम सर्वांसाठी खुले केले. एका अर्थाने नाथ पंथाचा संकेत ज्ञानदेवांनी मोडला असे म्हणावे लागेल. किंबहुना असेही म्हणता येते

की, स्वत: ज्ञानदेवांनी गुरुमहिमा खूप गायला असला तरी ज्ञानदेवांनंतर वारकरी संप्रदायात गुरूचे महत्त्व फारसे राहिले नाही. तुकोबांनी तर गुरू या संस्थेवरच आक्षेप घेतलेले आहेत. एकनाथांनी गुरूचे– जनार्दनस्वामींचे स्तवन केलेले आहे; परंतु जनार्दनस्वामी हे एकनाथांचे दत्त सांप्रदायिक गुरू होते आणि दत्त संप्रदायात गुरूचे महत्त्व आहेच.

ज्ञानदेव आणि एकनाथ यांच्या उदाहरणांवरून एक गोष्ट स्पष्ट होते की, महाराष्ट्रातल्या वेगवेगळ्या पंथांतील आचार्यांना वारकरी पंथात विलीन व्हावेसे वाटावे, एवढा या पंथाचा प्रभाव होता. वेगळ्या शब्दांत सांगायचे म्हणजे, गेली सात–आठशे वर्षे वारकरी संप्रदाय मराठी संस्कृतीतील मुख्य प्रवाह राहिला आहे.

ज्ञानदेवांनी वारकरी संप्रदायाचा पाया घातला, याचा अर्थ त्यांनी ज्ञानेश्वरी, अनुभवामृत असे ग्रंथ लिहून संप्रदायाला तात्त्विक अधिष्ठान दिले. ज्ञानदेवांनी गीतेची निवड करून फार मोठे औचित्य साधले आहे. उपनिषदे, ब्रह्मसूत्रे आणि गीता या तिन्ही प्रस्थानांवर (संस्कृतमधून) टीका लिहायची, हा पूर्वकालीन प्रघात ज्ञानदेवांनी फक्त गीतेवरच टीका लिहून मोडला. उपनिषदे आणि ब्रह्मसूत्रे यांना दूर ठेवल्यामुळे अधिकारभेदाचे लचांड परस्पर मिटले आणि पांडित्यप्रदर्शनासाठी कोणी पंथात यावे, ही शक्यताही खूप कमी झाली. म्हणजेच तात्त्विक अधिष्ठान मिळूनही वारकरी पंथाचे लोकसंप्रदाय हे स्वरूप कायम राहिले. नामदेवांपासून ते चोखामेळ्यांपर्यंत वेगवेगळ्या वर्णजातींचे भक्त भागवत संप्रदायात निर्माण झाले. इतकेच नव्हे तर संत पदवीला पोहोचले, पूज्यता पावले. चोखा मेळ्यांचा लेखनिक एक ब्राह्मण होता, हे या ठिकाणी आवर्जून नमूद केले पाहिजे.

ज्ञानदेवांनंतर महाराष्ट्रात वेगवेगळ्या प्रकारचे अनेक उत्पात घडले. मुसलमानांच्या वेगवेगळ्या सल्तनती निर्माण झाल्या. पुढे ब्रिटिशांनीही दीड शतक राज्य केले. त्यात पाश्चात्त्य ज्ञानाचा डोळे दीपवणारा झपाटा पाहून भलेभले वाहत गेले. दुष्काळ, साथीचे रोग या नैसर्गिक आपत्तींची तर असंख्य आवर्तने झाली; परंतु वारकरी पंथाचा प्रभाव तसूभरही कमी झाला नाही.

वारकरी आणि महानुभाव हे जवळजवळ एकाच वेळी आणि एकाच परिस्थितीत निर्माण झालेले पंथ असल्यामुळे वारकरी संप्रदायाचा विचार महानुभाव संप्रदायाच्या संदर्भात करणे उद्‌बोधक ठरेल. दोन्हीही संप्रदाय कृष्णाला उपास्य दैवत मानणारे आहेत. दोघांनीही मराठी ही धर्मभाषा मानली आणि गीता हा मुख्य धर्मग्रंथ म्हणून स्वीकारला. परंतु असे असूनही महानुभावी समाजजीवनापासून अलग पडले. इतकेच नव्हे; तर त्यांच्यासंबंधी अनेक गैरसमज निर्माण झाले. असे का व्हावे याचाही

विचार केला पाहिजे. महानुभावांनी चक्रधर आणि कृष्ण एकरूप मानल्यामुळे, चक्रधरांनाच ईश्वर मानल्यामुळे, तो व्यक्तिकेंद्रित पंथ बनला. महानुभावांनीही गीता ही मुख्य मानली तरी प्रत्यक्षात चक्रधरांच्याच वचनांना अधिक प्रामाण्य प्राप्त झाले. मराठीची जाणीवपूर्वक निवड महानुभावांनी लोकभाषा म्हणून केली हे खरे.;परंतु प्रत्यक्षात ग्रंथरचना करताना त्यांनी संस्कृतचेच मॉडेल पुढे ठेवून केली. म्हणजे एका अर्थाने त्यांनी मराठीचे संस्कृतीकरण केले. उदाहरणार्थ, संस्कृत/वैदिक परंपरेतील श्रुतिस्मृतिपुराणांप्रमाणे महानुभावांनीही श्रुती (चक्रधरोक्ती), स्मृती (नागदेवाचार्योक्ती) आणि वृद्धाचार अशी प्रमाणांची उतरंड उभी केली. चक्रधरांनी अत्यंत सोप्या भाषेत सांगितलेल्या गोष्टींचा अर्थनिर्णय करताना महानुभाव महंतांनी जे पांडित्यदर्शन घडवले आहे (उदाहरणार्थ, वेगवेगळे बंद, आनेराज व्यासकृत लक्षणरत्नाकर आणि त्यावरील टीका इत्यादी), त्यावरून मला काय म्हणायचे आहे हे लक्षात यावे. परिणामत: महानुभावांनी वेगवेगळ्या जातीजमातींना सामावून घेण्याचा उपक्रम केला, हे खरे असले तरी आचार्य आणि ग्रंथकार मात्र बहुश: ब्राह्मण पंडितच अशी एक विसंगती त्यात उत्पन्न झाली. (वारकऱ्यांमध्ये मात्र कुठल्याही जातीच्या व्यक्तीला संतत्वापर्यंत उन्नत होता येत असे.) चक्रधरांनी आत्मज्ञान ही हाटचौहाटी व्यवहार करण्याची बाब नव्हे, असे सांगून आपला गुप्ततेकडील कल स्पष्ट केलेला होताच. सांकेतिक लिप्या निर्माण झाल्यानंतर ही गुप्तता रूढ झाली, महानुभावांचे इतरांशी होणारे अभिसरण नष्ट झाल्यासारखे झाले आणि मराठी भाषा एका हक्काच्या संचिताला वंचित तर झालीच; परंतु एकूण महानुभावच महाराष्ट्राच्या समाजजीवनापासून तुटले, गैरसमजांच्या गर्तेतही कोसळले. वारकऱ्यांमध्ये कसलीही गुप्तता नव्हती, काहीही गूढ नव्हते, कोणतीही व्यक्ती केंद्रीभूत नव्हती. चक्रधरांनी 'गीतु विखो' म्हणून गाणे–नाचणे ही माणसाची जी एक सहजप्रवृत्ती असते तिला अटकाव केला. वारकऱ्यांनी *गीत छंदे अंग डोलिजे। गाता गाता संसार तरीजे।'*(ज्ञानेश्वर) अशी भूमिका घेतली. त्यामुळे सर्वसामान्य माणसाला या पंथाचे आकर्षण वाटले नसते तरच आश्चर्य. तसेच महानुभाव पंथाने कडकडीत वैराग्याचा पुरस्कार केला. असे वैराग्य सामान्य माणसास शक्य नसल्यामुळे साहजिकच एका बाजूला सांसारिक गृहस्थाश्रमी अनुयायी यांचा वर्ग आणि दुसऱ्या बाजूला वैराग्यसंपन्न मठस्थांचा (किंवा अटन करणाऱ्यांचा) वर्ग, असे द्वैत (जे बौद्ध आणि जैन धर्मातही आहे) निर्माण झाले. वारकऱ्यांची उपासना ही संसारात राहून होत असल्यामुळे अशा वेगवेगळ्या वर्गांची निर्मिती त्यांच्यात झाली नाही.

वारकरी पंथाच्या ग्रंथनिर्मितीसंबंधी आणखी एक महत्त्वाचे स्पष्टीकरण करणे

आवश्यक आहे. उपनिषदे आणि ब्रह्मसूत्रे या प्रस्थानांना काट देऊन ज्ञानदेवांनी केवळ गीतेवर भाष्य लिहिले, हा उल्लेख अगोदर आलेला आहे. उपास्य दैवत कृष्ण–विठ्ठल (*गीता जेणे उपदेशिली। ते हे विटेवरी माऊली।* तुकाराम) आणि धर्मग्रंथही कृष्णाचाच उपदेश. मध्ययुगामध्ये भागवतावरही बराच भर दिला गेलेला आहे असे दिसते. विशेषत: चैतन्य आणि वल्लभ पंथीयांकडून भागवताच्या दहाव्या स्कंधावर भर देण्यात आला. हा स्कंध कृष्णचरित्रपर आहे आणि विशेष म्हणजे त्यात रासक्रीडेचा भागही येतोच. भागवत ग्रंथाला मान्यता देऊनही वारकरी सांप्रदायिकांनी भागवतावर स्वतंत्र मराठी भाष्य लिहिले नाही. इतकेच नव्हे; तर दहाव्या स्कंधावरही लिहिले नाही. एकनाथांनी अकराव्या स्कंधावर भाष्य लिहिले. अकरावा स्कंध (गीतेप्रमाणेच) तत्त्वचर्चा करणारा ग्रंथ आहे. गीतेतील श्रोता अर्जुन आहे तर भागवतातील श्रोता उद्धव आहे. वक्ता दोन्हीही ठिकाणी कृष्णच. ज्या पंथांनी दहाव्या स्कंधाचा अंगीकार केला, त्यांनी अध्यात्माच्या आवरणाखाली अनीतीचा शिरकाव होण्यास वाव ठेवला, असे म्हणता येईल. वारकऱ्यांनी मात्र कृष्णाच्या चरित्रापेक्षा तत्त्वज्ञानावर भर दिल्यामुळे महाराष्ट्रातील भक्ती–चळवळीत रासक्रीडा किंवा तत्सम गोष्टी शिरू शकल्या नाहीत. उलट मराठीत गीतेवर भाष्ये लिहिण्याची समृद्ध परंपरा निर्माण झाली. मराठीत गीतेवर जेवढे लिहिले गेले, तेवढे क्वचितच संस्कृतेतर भाषांत लिहिले गेले असेल.

'भक्ती' हा शब्द नेहमीच संदिग्धपणे वापरला जातो. भक्तीचे अनेक सूक्ष्म भेद आहेत हे लक्षात घेतले तरच वारकऱ्यांच्या भक्तीची पृथगात्मता समजू शकेल. ज्या काळात ज्ञानदेव भगवद्गीतेवर मराठी भाषेतून भाष्य लिहून भक्तीला लोकाभिमुख करत होते, तिचे मराठीकरण करत होते, त्याच सुमारास देवगिरीला बोपदेव आणि हेमाद्री भागवतावर संस्कृत ग्रंथ लिहून (मुक्ताफल–कैवल्यदीपिका) भक्तीचे संस्कृतीकरण करत होते. विठ्ठलाच्या मंदिराला राजपुरुषांनी देणग्या देणे, हा लोकपरंपरेला व लोकसंप्रदायाला आत्मसात करण्याचाच एक प्रयत्न होता. दक्षिणेत असे चित्र दिसते की, अलवारांच्या लोकपरंपरेतून आलेल्या भक्तीचे रामानुजाचार्यांतर संस्कृतीकरण झाले. महाराष्ट्रात मात्र वारकरी पंथाने या प्रक्रियेला चकवले आहे. तसा प्रयत्नच झाला नाही वा होत नाही, असा याचा अर्थ नाही.

कोणत्याही मानवी संस्थेचे सातत्य ती संस्था बदलत्या परिस्थितीला अनुरूप प्रतिसाद देऊ शकते की नाही यावरही अवलंबून असते. अर्थात हा अनुरूप प्रतिसाद देताना आपला मूळ गाभा मात्र शाबूत राहील, याची खबरदारी घेणेही जरूर असते. ज्ञानदेवांपासून ते आजपर्यंतच्या वारकरी पंथाचा काळजीपूर्वक अभ्यास केला तर असे

दिसते की, वारकरी परंपरेतील प्रत्येक महत्त्वाच्या संताने काही महत्त्वाचे बदल घडवून आणलेले आहेत. पैकी सर्वांत स्वारस्यपूर्ण उदाहरण एकनाथांचे ठरेल. एकनाथांच्या काळात इस्लामशी मिळतेजुळते घ्यायचे व स्वकीयांमधील भेद शक्यतो नजरेआड करून व्यापक समन्वयाची भूमिका घ्यायची, ही गरज होती. एकनाथांनी या दोन्ही गोष्टी अतिशय समर्थपणे पार पाडलेल्या आहेत. त्यांनी 'सेमेटिक मायथॉलॉजी'सुद्धा हिंदू धर्मात समाविष्ट करण्याचा प्रयत्न केला. दुसऱ्या बाजूने शांकर परंपरेतील मायावादी अद्वैताशी जवळीक करून त्याला चिद्विलासवादी कलाटणी देण्याचाही त्यांनी प्रयत्न केलेला दिसतो. असे बदल केल्यामुळेच वारकरी पंथ जिवंत व प्रवाही परंपरा म्हणून टिकू शकला. अशा प्रकारचे बदल किती टोकाला जाऊन केले जाऊ शकतात, याचे एक उदाहरण देणे प्रस्तुत ठरेल. हा बदल मात्र समाजोपयोगासाठी केला गेलेला नसून मूळ गाभ्याच्या रक्षणासाठी केला गेलेला आहे, हे मात्र लक्षात घ्यावे. (म्हणजे अस्तित्व आणि अस्मिता या दोन्ही बाबी संरक्षणीय आहेत, हेही लक्षात येईल.) आजरेकरांचा फड हा वारकरी परंपरेतील एक महत्त्वाचा व प्राचीन असा फड होय. (या फडाचे संस्थापक बाबासाहेब आजरेकर हे स्वत: गौड सारस्वत आणि त्यांच्या पश्चात फडप्रमुखाचे पद वेगवेगळ्या जातींमधील व्यक्तींनी भूषवले. तेथे फडाधिपतीची निवड लोकशाही पद्धतीने–निवडीने होते याचीही नोंद घ्यावी.) या फडात खुद्द ज्ञानदेवांचे मदालसेचे अभंग म्हणावयाचे नाहीत, असा दंडक आहे. कारण ते अभंग अद्वैतपर असून 'ऐक्यात बुडवणारे', अतएव भक्तीच्या व्यवहाराला बाधक आहेत. थोडक्यात, प्रसंगी ज्ञानदेवांनाही बाजूला ठेवण्याची वारकऱ्यांची तयारी असते. इतर हिंदूंप्रमाणे वारकऱ्यांमध्ये मिशनसदृश संस्थात्मक कार्याची उणीव होती. गाडगेबाबांनी या अंगाने एक बदल घडवून आणला. अर्थात काही खोट्या परंपरानिष्ठांनी गाडगेबाबांच्या अनुयायांना सामावून घेण्यास मान्यता देण्यास टाळाटाळ केली हे खरे; पण तो विरोधही आता मावळत चालला आहे.

आपल्या पंथाच्या सातत्याचे आणि स्वात्मतेचे (सेल्फ आयडेंटिटीचे) भान वारकऱ्यांना होते. त्यामुळे कोणाला मानायचे आणि कोणाला मानायचे नाही, याबद्दल दुमत होण्याचा प्रश्न त्यांच्यात कधीच निर्माण झाला नाही. *संतकृपा झाली। इमारत फळा आली।।* या संत बहिणाबाईंच्या अभंगामधून हे आत्मभान पूर्णपणे प्रगट झालेले दिसते. ज्ञानदेव, नामदेव, एकनाथ आणि तुकाराम ही परंपरा बहिणाबाईंनी सांगितलेली आहे. उत्तर भारतातील संतांपैकी केवळ कबीरांना वारकऱ्यांनी मान्य केले, ही बाबही येथे नमूद करणे आवश्यक वाटते. लोकहितवादीही वरील पाचच संतांना वारकरी मानतात, हे वारकऱ्यांमध्ये प्रचलित असलेल्या एका अभंगात उद्धृत

करून सांगितले आहे. त्यातील संबंधित ओळी येणेप्रमाणे –

कलिमाजी संत जाहाले अनंत। परि पटाईत पाच जण।।
रेडा बोलविला, धोंडा जेवविला। मरोनिया जाहला तुलसी फुले।।
स्वर्गीचे पितर जेणे जेवविले। देहासहित गेले वैकुंठासी।।

या ओळींमध्ये अनुक्रमे ज्ञानदेव, नामदेव, कबीर, एकनाथ आणि तुकाराम यांचा उल्लेख आहे. लोकहितवादींनी असेही नोंदवले आहे की, 'या पाच कवींखेरीज इतर कवींचा समावेश ते लोक आपल्या कीर्तनांत करत नाहीत. शिवाजीमहाराजांचे धार्मिक गुरू रामदास यांनाही त्यांनी वगळले आहे. वामन (पंडित) व मोरोपंत यांनाही ते मानत नाहीत. त्यांना ते (वारकरी) ऐच्छिक वृत्तीचे व राजाश्रित समजतात.' वारकरी पंथाच्या सातत्यात अस्मितारक्षण किती काळजीपूर्वक केले गेलेले आहे, याचे हे उत्तम उदाहरण आहे.

वारकरी पंथाचा इतिहास मांडायचा ठरवले ,तर नामदेव ते एकनाथ हा कालखंड पुरेसा स्पष्ट नाही; परंतु तरीही भानुदास यांच्यासारखे कर्तबगार संत या काळात होऊन गेले आणि त्यांनी चतुराईने पंढरीमाहात्म्याचे रक्षण केले, एवढे तरी किमान म्हणता येते.

उत्तरकालीन वारकरी संतांनी त्यांच्या पूर्वकालीन संतांचे साहित्य आत्मसात करून आपल्या रचना केलेल्या असल्याने ज्ञानदेव, नामदेवांचा अर्थ समजण्यास एकनाथ आणि तुकाराम यांची मदत होते; तर बहिणाबाईंच्या अभंगांनी तुकोबांचे अभंग अधिक स्पष्ट होतात. एकजिनसी अर्थ व्यक्त करण्याचे हे एक **hermeneutic** सातत्यच म्हटले पाहिजे.

ज्ञानदेवांनी वारकरी संप्रदायाचा पाया घातला याचा अर्थ त्यांनी वारकरी संप्रदाय स्थापन केला असा नसून, वारकरी संप्रदायाला तात्त्विक बैठक दिली व *ज्ञानेश्वरी* हीच ती तात्त्विक बैठक होय असे यापूर्वी सूचित केलेले आहे. वारकरी संप्रदायात ज्ञानेश्वरीचे महत्त्व फारच आहे. (संत बहिणाबाईंनी ज्ञानेश्वरीच्या दोन आरत्या रचल्या आहेत.) तो वारकऱ्यांच्या नित्य वाचनाचा ग्रंथ आहे. अर्थात ज्ञानेश्वरीवर प्रवचन करण्याची पद्धत मात्र वारकऱ्यांमध्ये रूढ नव्हती. कारण प्रवचन हे पंडिती माध्यम आहे. वारकऱ्यांचे माध्यम म्हणजे कीर्तन. कीर्तनकार कीर्तनात अभंगाचे विवरण करत आणि हे विवरण करताना ज्ञानेश्वरीच्या ओव्या आधारादाखल म्हणत. कीर्तन आणि प्रवचन या माध्यमांत महत्त्वाचे भेद आहेत. कीर्तन हे खुले आणि उत्स्फूर्त असे माध्यम आहे. त्यात एक प्रकारची प्रवाहितता, जिवंतपणा आहे. या संदर्भात वारकरी कीर्तनाचा इतर कीर्तनपद्धतींशी असलेला भेद लक्षात घ्यायला हवा. हरिदासी

कीर्तन हा जवळजवळ एकपात्री प्रयोगच असतो. वारकरी कीर्तनात अनेक टाळकरी असतात. ते केवळ बुवांनी सांगितलेला अभंग म्हणत नाहीत, तर बुवांच्या मुद्द्याला पोषक असे प्रमाण देण्याची त्यांना मुभा असते. इतकेच नव्हे; तर श्रोत्यांमधील एखादा अधिकारी श्रोताही असा अभंग सुचवू शकतो. या अर्थाने वारकरी कीर्तन हा एक व्यापक असा महासंवादच असतो. त्यात श्रोत्यांची गुंतवणूक (investment) असते. वारकरी संप्रदायाच्या सातत्यात अशा लोकाभिमुख माध्यमाचाही वाटा आहे. एकनाथांनी तर कीर्तनापेक्षाही वेगळ्या स्वरूपाचे असे प्रयोगक्षम माध्यम (भारूड) अवलंबले. वारकऱ्यांचे तत्त्वज्ञान त्यांनी भारुडाद्वारे सादर केले.

गेल्या शतकाच्या उत्तरार्धात वारकऱ्यांमध्ये ज्ञानेश्वरीवर प्रवचने करण्याची प्रथा सुरू झाली आणि एकप्रकारे पंडिती परंपरेचा शिरकाव झाला; पण त्याहीपेक्षा गंभीर बाब म्हणजे पांडित्यप्रदर्शनाचा शिरकाव झाला ही होय. बरे हे पांडित्य अस्सल पांडित्य नव्हे. नानामहाराज साखरे आणि विनायकबुवा साखरे (हे विनायकबुवा लोकमान्य टिळकांच्या पंचहौद प्रकरणी शंकराचार्यांना टिळकांवर बहिष्कार टाका म्हणणाऱ्या पक्षाचे अग्रणी होते एवढे सांगितले म्हणजे पुरे) यांनी ज्ञानेश्वरीचा अर्थ वेदान्तपर लावायला सुरुवात केली (नानामहाराज हे माळकरी नव्हते, कीर्तनकारही नव्हते) व त्यासाठी सुलभ असे साधन म्हणून उत्तरेतील जाट पंडित निश्चलदास यांचा *विचारसागर* हा ग्रंथ पायाभूत मानला. वास्तविक *विचारसागर* हा वेदान्तामधील दुय्यम–तिय्यम दर्जाचा ग्रंथ आहे. तो तोंडपाठ करायचा आणि त्याच्यातील प्रक्रियांच्या साच्यात ज्ञानेश्वरीच्या ओव्या किंवा संतांचे अभंग बसवायचे, असा पायंडा साखरे यांनी पाडला. अर्थात त्यामुळे कीर्तनकारांची व प्रवचनकारांची सोय झाली. म्हणजे वेदान्ताचे परिपूर्ण ज्ञान नसतानाही सर्वसामान्य श्रोत्यांपुढे विद्वान वेदान्ती म्हणून भाव मारता येऊ लागला. साखरे यांनी आळंदीत साधकाश्रम नावाची संस्था काढली. तिच्यात या ग्रंथाचे पद्धतशीर शिक्षण देण्यात येऊ लागले. पुढे जोगमहाराजांनाही त्यांचेच अनुकरण करून आपल्या वारकरी शिक्षणसंस्थेत *विचारसागर* शिकवण्याची– मुख्य ग्रंथ म्हणून शिकवण्याची सोय करावी लागली. परिणामत: आज हजारो विद्यार्थी ज्ञानेश्वरीच्या आणि अभंगांच्या नावाखाली स्वत:लाही न समजणारी पोपटपंची करत असतात. या शिक्षणसंस्थांमुळे वारकरी संप्रदायाचा संख्यात्मक विस्तार झालेला आहे खरा; परंतु मुळात वारकऱ्यांच्यात नसलेली भलतीच मूल्ये (उदाहरणार्थ, सोवळेओवळे, ब्रह्मचर्य इत्यादी) संप्रदायात प्रविष्ट झाली. *विचारसागर* हा ग्रंथ दुय्यम आहे एवढाच आक्षेपाचा मुद्दा नाही. कारण काही विद्यार्थी त्यापेक्षा वरच्या पायऱ्यांवरील ग्रंथांपर्यंत जात असतात. *वृत्तिप्रभाकर*,

पंचदशी, भामति हे ते ग्रंथ होत. (अर्थात हे ग्रंथही तसे वेदान्तातील दुय्यम ग्रंथच आहेत हे लक्षात ठेवले पाहिजे. त्यामुळे वारकऱ्यांच्यात विद्वान म्हणून मिरवणारे महाराज, संस्कृत पंडितांच्या सभेत गेले तर त्यांना तेथे वरचे स्थान मिळत नाही हे उघड आहे.) मुद्दा ग्रंथांच्या दुय्यमपणापेक्षा त्यांच्यात जो वेदान्त सांगितला आहे, तो अधिकारभेदावर आधारित आहे. या अधिकारभेदात जातिभेदाचाही समावेश होतो. वेदान्ताच्या या पगड्याचे पर्यवसान शेवटी सानेगुरुजींच्या उपोषणामुळे पंढरीच्या विठ्ठलाचे दर्शन अस्पृश्यांना खुले झाले, तेव्हा विठ्ठलावरच बहिष्कार टाकून त्याचे तेज एका घागरीत भरण्यात आले. वेदान्ती आणि वेदान्त्यांच्या प्रभावाखाली असलेले बहुजन समाजातीलही अनेक महाराज कितीतरी वर्षे देवळात जात नव्हते. अजूनही काही महाराज जात नाहीत. परत जाऊ लागणाऱ्यांमध्येही मतपरिवर्तन किंवा पश्चात्ताप याच्यापेक्षाही व्यावहारिक तडजोडीतील हुशारीच अधिक आहे. आपल्या बहिष्काराचा सर्वसामान्य वारकऱ्यांवर काहीच परिणाम झाला नाही व कदाचित आपणच बहिष्कृत होऊ, हे त्यांनी ओळखले. थोडक्यात, सर्वसामान्य वारकरी महाराजांचे कितपत ऐकायचे, हे ज्याचे तो ठरवत असतो. संप्रदायाच्या सातत्याचे हेही एक रहस्य आहेच.

ज्ञानदेव–नामदेव ते एकनाथ यांच्यामधील पोकळी भरून काढणाऱ्या चांगा मुधेश आणि भानुदास यांचा उल्लेख वर केलेला आहेच. तुकारामांच्या नंतर ज्यांना संत मानण्यात येते, अशी दोन माणसे होऊन गेली; एक म्हणजे बहिणाबाई आणि दुसरे निळोबा. पैकी बहिणाबाई वारकरी संप्रदायाकडून पूर्णपणे उपेक्षित राहिल्या. निळोबांच्या अभंगांमध्ये ज्याला नवे योगदान म्हणता येईल, असे काही दिसत नाही. तुकोबांचे पुत्र नारायणबाबा हेही त्या काळचे एक अधिकारी पुरुष होते. त्यांचा अधिकार खुद्द निळोबांनीही मान्य केलेला आहे. नारायणबाबांनी अशी एक महत्त्वाची गोष्ट केली की, जिचा संप्रदायाचे सातत्य टिकवण्यात तेव्हापासून आतापर्यंत फार मोठा वाटा राहिला आहे, ती गोष्ट म्हणजे पालखीची सुरुवात. नारायणबाबांपर्यंत पंढरीला जाणाऱ्या वारकऱ्यांच्या दिंड्या होत्या. नारायणबाबांनी ज्ञानोबा आणि तुकोबा यांच्या पादुका एका पालखीत ठेवून आषाढीची पालखी सुरू केली. देहू–आळंदी–पुणे–पंढरपूर असा तिचा मार्ग होता. पुढे शिंद्यांचे सरदार हैबतबाबा आरफळकर यांनी ज्ञानदेवांची पालखी आळंदीहून स्वतंत्रपणे नेण्यास सुरुवात केली. 'ज्ञानोबा–तुकाराम' हे वारकऱ्यांमधील भजन नारायणबोवांनीच सुरू केले. पालखीबरोबर पंढरपूरला जाताना आपण ज्ञानोबा, तुकोबांच्या बरोबर जात आहोत या भावनेने वारकरी वाटचाल करत असतात. आज पालख्या महाराष्ट्राचा मुख्य सांस्कृतिक

वारसा बनलेला आहे. शतकापूर्वी न्या. रानडे यांनी तत्कालीन पालख्यांचे सविस्तर वर्णन केलेले आहे. राजारामशास्त्री भागवतांनी तर वारकरी संस्कृती हीच खरी मराठी संस्कृती आहे, असे प्रतिपादन करून प्रार्थना समाजिस्टांना पंढरीची वारी करण्याचा व लोकमान्य टिळकांना गणपती उत्सव न करण्याचा सल्ला दिला होता.

नारायणबाबांनी औरंगजेब महाराष्ट्रात आला असताना वारकऱ्यांचे हितसंबंध जपण्याचे प्रयत्न केले, हेही नमूद केले पाहिजे. त्या काळात महाराष्ट्राचे एकूणच समाजजीवन विसकळीत झाले होते. पंढरीच्या यात्रेकरूंनाही त्याचा उपसर्ग झाला. छत्रपती राजाराममहाराज नारायणमहाराजांना मानत असत. त्यांनी नारायणमहाराजांच्या पत्रावरून, यात्रेकरूंना होणारा उपसर्ग बंद होईल अशी व्यवस्था केली. (परिशिष्टातील राजाराममहाराजांच्या मोडी पत्राचे नागरी लिप्यंतर पाहावे.)

पेशवाईच्या काळात मात्र, वारकरी संप्रदायाची सापेक्ष पीछेहाट झालेली दिसते. दुसरा बाजीराव तुकोबांना शूद्र कवी म्हणून हिणवायचा, याबद्दल खुद्द मोरोपंतांनी खंत व्यक्त केलेली आहे. अर्थात ही पीछेहाट तात्कालिक व सापेक्ष होती. ब्रिटिश काळात मुद्रणतंत्र आले. 'गाथा', 'ज्ञानेश्वरी' यांच्या आवृत्त्यांवर आवृत्त्या निघू लागल्या. विशेषत: तुकोबांकडे मिशनरी आणि प्रार्थना समाजिस्ट आकृष्ट झाले. लोकहितवादी आणि म. फुले यांच्या लिखाणांवरून वारकऱ्यांच्या वाढत्या प्रभावाची कल्पना येते.

एकोणीस व वीस या शतकांच्या संधिकालात विष्णुबुवा जोग, तसेच लोकहितवादींचे नातू केशवराव देशमुख यांच्यासारखे कोकणस्थ ब्राह्मण वारकरी पंथात आले. त्यांच्यामुळे पुढे पांढरपेशा मध्यमवर्गातही हळूहळू वारकरी पंथ लोकप्रिय व्हायला लागला. इतिहासाचार्य राजवाडे वारकऱ्यांविषयी विपर्यस्त लिखाण करत असतानाच ही प्रक्रिया घडत होती, ही नोंद घेण्यासारखी बाब आहे. जोगमहाराजांच्या शिष्यवर्गामध्ये प्राचार्य सोनोपंत दांडेकरांसारखी उच्चविद्याविभूषित व्यक्ती तर होतीच, परंतु बंकटस्वामी (राजपूत), मारुतीबुवा गुरव (गुरव) यांच्यासारखे वेगवेगळ्या जातिजमातींतून आलेले निष्ठावान प्रचारकही होते. त्यांचा विसाव्या शतकाच्या पूर्वार्धातील वारकरी संप्रदायाच्या विस्तारात महत्त्वाचा वाटा आहे. याच काळात दादामहाराज सातारकरांसारखा प्रतिभासंपन्न पुरुषही होऊन गेला. दादामहाराजांनी आपला स्वतंत्र असा उच्चशिक्षित श्रोतृवर्ग तयार केला. गाडगेमहाराजांचा उल्लेख, अगोदरच झालेला आहे.

वारकरी संप्रदायाचे बळ आता अनेकांना कळून चुकलेले आहे. त्यामुळे एकेकाळी त्याची उपेक्षा वा उपहास करणारे, आता त्याचा कसा उपयोग करून घेता येईल

याचा विचार करत असतात. विश्व हिंदू परिषद आता आळंदी–देहूसारख्या ठिकाणी अधिवेशन भरवते, संतपूजेच्या नावाखाली फडकरी–कीर्तनकार यांचा सत्कार करते, त्यांना अधिकारपदेही देऊ करते. मात्र बुद्धिवादी विचारवंत वा समाजवादी कार्यकर्ते यांना अद्यापही हे समजत नाही. खरे म्हणजे सेवादलाच्या शाखेवर तुकारामबीज साजरी व्हायला पाहिजे. हिंदुत्ववाद्यांनी आता फुले–आंबेडकर आत्मसात करावयाचा प्रयत्न चालवलेला आहे. येथील पुरोगाम्यांना मात्र आपले–परके यांची पारख नसल्याने त्यांचे प्रयत्न अरण्यरुदन ठरतात की काय, अशी शंका वाटू लागली आहे. वारकरी संप्रदायाच्या भवितव्याबद्दल काळजी करण्याचे काहीच कारण नाही. काळजी फक्त त्याला कोणते वळण मिळते आणि त्याचा कोण कसा उपयोग करून घेतो याची करावयाला पाहिजे. कारण कोणाला आवडो अथवा न आवडो, अजूनही तो मराठी संस्कृतीचा मुख्य प्रवाह आहे.

परिशिष्ट

छत्रपती राजाराममहाराजांनी नारायणमहाराज देहूकर यांना लिहिलेले पत्र :

श्री तपोनिधी नारायण गोसावी यांसी प्रति राजश्री राजाराम छत्रपती दंडवत. उपरी तुम्ही पत्र पाठविले ते पावले. श्री पंढरपूर व श्री महादेव व स्थानेश्वर व देहू येथील यात्रेस लोक जात असतात. त्यास आपले सेनेचा उपद्रव लागतो. सुप्रवृत्तीने येऊ–जाऊ देत नाहीत. यासी आपण आपल्या सैन्यास पत्र देऊन उपद्रव वारे ते गोष्ट केली पाहिजे म्हणोन लिहिले, ते कळो आले. त्यावरून आपल्या सैन्यास पत्र दिली असत. ते यात्रेच्या लोकांस उपद्रव देणार नाहीत. सुप्रवृत्तीने जाऊ–येऊ देतील.

■

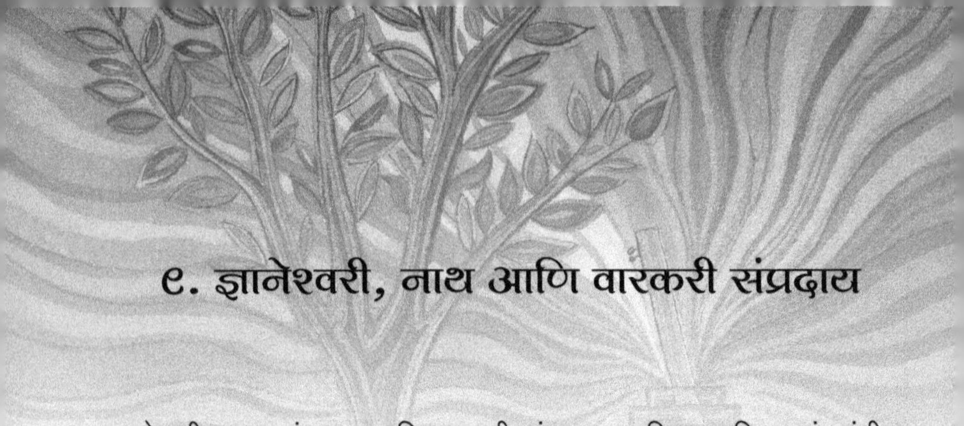

९. ज्ञानेश्वरी, नाथ आणि वारकरी संप्रदाय

ज्ञानेश्वरी, नाथ संप्रदाय आणि वारकरी संप्रदाय हा विषय अतिशय गुंतागुंतीचा आहे. त्याची मांडणी करताना ती ज्ञानेश्वरी आणि नाथ संप्रदाय, ज्ञानेश्वरी आणि वारकरी संप्रदाय व नाथ संप्रदाय आणि वारकरी संप्रदाय, या तीन पातळ्यांवरून करावी लागते आणि त्याचबरोबर या तीन पातळ्यांचा परस्परसंबंध स्पष्ट करावा लागतो. शिवाय हे सर्व करताना इतिहास, समाजशास्त्र, दैवतशास्त्र, तत्त्वज्ञान, या वेगवेगळ्या ज्ञानशाखांची मदत घ्यावी लागते. मिथ्यकथा आणि लोकपरंपरा यांचाही धांडोळा घ्यावा लागतो.

ज्ञानेश्वरी हे भगवद्गीतेवरील मराठी भाष्य आहे. भगवद्गीता ही श्रीकृष्णाने अर्जुनाला सांगितली; परंतु श्रीकृष्ण विष्णूचा अवतार म्हणून गीता हा वैष्णवांचा ग्रंथ झाला. पंढरपूरचा श्रीविठ्ठल हे जे वारकऱ्यांचे दैवत ते कृष्णाचेच रूप (*गीता जेणे उपदेशिली। ते हे विटेवरी माऊली।।* श्रीतुकाराम) त्यामुळे गीता (आणि ज्ञानेश्वरी) हा वारकऱ्यांचा प्रमाण ग्रंथ.

आता दुसऱ्या बाजूने विचार केला, तर नाथ संप्रदाय हा शैव संप्रदाय. शिव हे त्यांचे दैवत. विशेषत: ज्ञानदेवांच्या काळात शैव आणि वैष्णव यांचे संबंध बऱ्यापैकी बिघडलेले होते. स्वत: ज्ञानदेवांना झालेला उपदेश हा नाथ परंपरेतील. अशा परिस्थितीत ज्ञानदेव हे भगवद्गीतेवर भाष्य करतात आणि ते वारकऱ्यांमध्ये सर्वमान्य होते, या वरकरणी विसंगत वाटणाऱ्या गोष्टीची संगती कशी लावावी ही मूळ खरी समस्या आहे. ज्ञानेश्वरी लिहिणारे नाथ संप्रदायी ज्ञानदेव निराळे आणि अभंगरचना करणारे विठ्ठलोपासक वारकरी ज्ञानदेव निराळे, अशी भूमिका घेतली, तरी या गोष्टीची संगती लागत नाही, समाधानकारक स्पष्टीकरण मिळत नाही. स्वत: श्रीकृष्णच शैव (शिवोपासक) होते किंवा अभिनवगुप्तादी (काश्मीर) शैव विद्वानांनी (अप्पैय दीक्षितांसारख्या दक्षिणेतील शैव पंडितानेही) भगवद्गीतेवर टीका लिहिल्या होत्या, या मुद्द्याकडे बोट दाखवूनही समस्यांचे निराकरण होत नाही. कारण ज्ञानदेवांची भूमिका आणि शैव टीकाकारांची भूमिका यांच्यात इतका

भेद आहे की, कोणीही ज्ञानेश्वरीला गीतेवरील 'शैव' भाष्य म्हणणार नाही. अप्पैय दीक्षितांच्या अगदी विरोधात जाऊन ज्ञानदेव कृष्ण/विष्णू हेच परमदैवत मानतात. इतकेच नव्हे; तर *शैव म्हणती शक्ती। ज्ञानी इयते स्वसंविक्ती। आम्ही परमभक्ती। आपुली म्हणो।।* (ज्ञानेश्वरी, १६.११३३) यांसारख्या ओव्यांमधून शैवांचा उल्लेख त्रयस्थपणाने करतात.

नाथ पंथ हा वारकरीकाळीसुद्धा एक जुना संप्रदाय म्हणून मान्यता पावलेला होता; परंतु वारकरी संप्रदायही ज्ञानदेवपूर्व होय. विठ्ठल दैवत आणि पंढरीची वारी, या ज्ञानदेवपूर्व गोष्टी होत. खुद्द ज्ञानदेवांच्या मातापित्यांची नावे रुक्मिणी आणि विठ्ठल होती हे लक्षात घेतले, तर वारकरी संप्रदाय ज्ञानदेवांच्या घराण्यातच होता, निदान वारकरी संप्रदायाचा प्रभाव त्यांच्या घराण्यात होता, हे मान्य करण्यास हरकत नाही. ज्ञानदेवांनी वारकरी संप्रदायाचा पाया घातला, याचा अर्थ त्यांनी वारकरी संप्रदायाची स्थापना केली, असा नाही. त्यांनी वारकरी संप्रदायाला (*ज्ञानेश्वरी, अनुभवामृत* यांसारखे ग्रंथ लिहून) तात्त्विक बैठक दिली, असा त्याचा अर्थ होय.

ज्ञानदेवांच्या मातापित्यांनी आरूढपतितत्वामुळे होत असलेल्या जाचापोटी देहत्याग केला. त्यानंतर ज्ञानदेवादी भावंडांना त्र्यंबकेश्वरी नाथसिद्ध गहिनीनाथ यांचे पालकत्व (केवळ गुरुत्व नव्हे) मिळाले, असे म्हटले तरी चालेल. गहिनीनाथांनी निवृत्तिनाथांना उपदेश केला, निवृत्तिनाथांनी ज्ञानदेवांना उपदेश केला. ही गुरुपरंपरा सुरू होते आदिनाथ शिवापासून. आदिनाथ–मत्स्येंद्रनाथ–गोरक्षनाथ–गहिनीनाथ–निवृत्तिनाथ–ज्ञानदेव अशी ही नाथ सांप्रदायिक परंपरा आहे.

नाथ सांप्रदायिक ज्ञानदेव वारकरी झाले (किंवा होते) याचा अर्थ नाथ पंथ आणि वारकरी पंथ यांच्यात संवाद साधण्याचे काम ज्ञानदेवांनी सुरू केले, असा नाही. ते कार्य ज्ञानदेवांच्या आधी निश्चितपणे गहिनीनाथांनी (आणि कदाचित गोरक्षनाथांनीही) सुरू केलेले होते. निवृत्तिनाथांच्या अनेक अभंगांवरून आपणास असे खातरीपूर्वक म्हणता येते. गहिनीनाथांनी आपणास कोणता उपदेश केला, हे सांगताना निवृत्तिनाथ म्हणतात,

निवृत्ति धर्मपाठ गयनी विनट। कृष्णनामे पाठ नित्य वाचा।।
(*सकल संत गाथा भाग १*, संपा. डॉ. रा. चि. ढेरे, क्र. २१)
निवृत्ति गयनि सांगतसे खुणा। तो देवकीचा तान्हा बाळ झाला।। (कित्ता, ११५)
जनासी तारक विठ्ठल हेचि एक। केलासे विवेक सनकादिकी।।
ते रूप पंढरी वोळलेसे देखा। अद्वैताची शाखा तोडियेली।।
उगवले बिंब अद्वैत सहज। नाम हे सुलभ विठ्ठलराज।।

निवृत्तीचे गुज विठ्ठल सहज। गयनीराजे मज सांगितले।
आदिनाथ उभी बीज प्रगटले। मच्छिंद्रा लाधले सहजस्थिती।।
तेचि प्रेममुद्रा गोरक्षा दिधली। पूर्ण कृपा केली गहिनीनाथा।।
वैराग्ये तापला सप्रेमे निवाला। ठेवा जो लाधला शांतिसुख।।
निर्द्वंद्व निःशंक विचरता मही। सुखानंद हृदयी स्थिरावला।।
विरक्तीचे पात्र अन्वयाचे मुख। येऊनी सम्यक् अनन्यता।।
निवृत्ती गयनी कृपा केली पूर्ण। कुळ हे पावन कृष्णनामे।। (कित्ता, १३५)

विठ्ठल-कृष्ण एकरूपतेचा आणि नामस्मरणाचा उपदेश गहिनीनाथांनीच निवृत्तिनाथांना केला, असा त्याचा अर्थ होतो. येथे कोठेही शिवाचा अथवा शिवनामाचा उल्लेख आलेला नाही, हेही लक्षात ठेवले पाहिजे.

गहिनीनाथांसारख्या नाथपंथीयाला वारकरी पंथाशी जवळीक आणि संवाद साधण्याची गरज का भासावी, हा महत्त्वाचा प्रश्न आहे आणि त्याची उत्तरे केवळ कयासात्मकच देता येतील. पहिली गोष्ट अशी की, नाथ संप्रदायाची परंपरा ही इतर अनेक परंपरांप्रमाणे गुरू-शिष्य परंपरा आहे. एका गुरूने एका शिष्याला एकांतात उपदेश करावयाचा, त्या शिष्याने परत त्याच्या शिष्याला अशाच पद्धतीने उपदेश करावयाचा, अशा प्रकारची ही गूढ आणि सीमित परंपरा आहे. याउलट वारकरी पंथाचा भर सार्वत्रिकीकरणावर आहे. नाथ पंथातील ज्ञानाला सार्वजनिक स्वरूप देण्याची इच्छा गहिनीनाथांना झाली असावी, किंबहुना तसे करण्याची आवश्यकताही त्यांना जाणवली असावी आणि त्यासाठी नाथ पंथाची चौकट मोडून वारकरी पंथाचा आश्रय घेणे त्यांना उचित वाटले असावे. त्यांची ही इच्छा ज्ञानेश्वरीच्या रूपाने फलद्रूप झाली असे म्हणण्यास प्रत्यवाय नाही. ज्ञानेश्वरी हा वारकरी संप्रदायाचा आधारभूत ग्रंथ झाला. या संप्रदायात गुरूचे महत्त्व केवळ औपचारिक प्रवेशापुरतेच आहे, किंबहुना प्रवेशासाठीही गुरू आवश्यक आहेच असे नाही. वै. विष्णुबुवा जोगमहाराज यांनी कोणत्याही अन्य वारकरी पंथीयाकडून उपदेश घेतला नव्हता किंवा माळ घातली नव्हती, तरीही ते वारकरी होऊ शकले, वारकऱ्यांचे नेते होऊ शकले. वारकरी संप्रदायात गुप्त किंवा गूढ अशी कोणतीही गोष्ट नाही, कानमंत्र किंवा बीजमंत्र नाही, गुरूचे स्तोम नाही, शक्तिपातादी बाबी नाहीत.

गहिनीनाथांनी नाथ पंथाचा ओघ वारकरी पंथाकडे वळवण्याचे आणखी एक कारण कदाचित तत्कालीन नाथपंथीयांचे वामाचाराकडे झुकणे आणि त्यामुळे होणारा नैतिक अधःपात हेही असू शकेल. या अधःपाताचे सूचन लीळाचरित्रामधून पुरेशा प्रमाणात होते. नैतिकता हा वारकरी पंथाचा प्राण आहे, हे या संदर्भात लक्षात ठेवले

पाहिजे. ऋद्धिसिद्धींना विरोध, मद्य-मांस-मैथुनासारख्या वामाचारांचा निषेध, हा वारकऱ्यांच्या आचारधर्माचा महत्त्वाचा भाग आहे.

ज्ञानेश्वरी हा नाथ पंथ आणि वारकरी पंथ यांना जोडणारा सांधा आहे. ज्ञानदेवांचे काम तसे पाहिले तर अवघड होते. दोन्ही संप्रदायांच्या अनुयायांची मने सांभाळून त्यांना हे परिवर्तन घडवून आणावयाचे होते. एका बाजूने वारकऱ्यांना काहीतरी परकीय गोष्ट आपल्यामध्ये येते आहे, असे वाटता कामा नये आणि दुसऱ्या बाजूने नाथपंथीयांना आपणास कोणीतरी गिळंकृत करत आहे असे वाटता कामा नये, अशी काळजी घेणे त्यांना आवश्यक होते. ज्ञानदेवांनी ही गोष्ट अतिशय शिताफीने आणि कौशल्याने घडवली असे दिसते. या दृष्टीने पाहिले, तर ज्ञानदेव हे एक मोठे 'स्ट्रॅटेजिस्ट' होते असे म्हणावे लागते.

ज्ञानेश्वरीत आपण जे प्रतिपादन केलेले आहे, तेही दुसरे तिसरे काही नसून गुरुपरंपरेने शिवापासून प्राप्त झालेले तत्त्वज्ञान आहे, असे ज्ञानदेव सांगतात. वास्तविक ज्ञानेश्वरी ही कृष्णाने म्हणजे विष्णूने सांगितलेल्या गीतेवरील टीका. म्हणजे एका बाजूने ज्ञानदेव आपण कृष्णाचे मनोगत प्रगट करत आहोत हे सांगतात, तर दुसऱ्या बाजूने नाथ परंपरेतील शिवापासून निवृत्तिनाथांपर्यंतचा परंपराप्राप्त बोध आपण जगाला देत आहोत असे सांगतात. याचा अर्थ असा होतो की, भगवद्गीतेत कृष्णाने अर्जुनाला सांगितलेले ज्ञान आणि शिवाने पार्वतीला (अथवा मत्स्येंद्रनाथांना) सांगितलेले ज्ञान हे एकच आहे. खरे तर, ज्ञानेश्वरीच्या अगदी सुरुवातीच्या ओव्यांमधूनच एके ठिकाणी *गीतार्थाची थोरी। स्वये शंभू विवरी। तेथ भवानी प्रश्न करी। चमत्कारोनी।।* (ज्ञानेश्वरी, १.७०) असे सांगून शिवाने पार्वतीला केलेला उपदेश हा गीतार्थच होता, हे ज्ञानदेवांनी स्पष्ट केलेले आहे व त्याचाच विस्तार गुरुपरंपरेच्या संदर्भात त्यांनी ज्ञानेश्वरीच्या शेवटी केलेला आहे (१८.१७५१-६३).

परंतु नाथ पंथाचा आदिगुरू शिव हा वैष्णवांचे (म्हणजे वारकऱ्यांचे) ज्ञान सांगतो, ही एक बाजू झाली. ज्ञानदेव असेही सूचित करतात की, कृष्णाने अर्जुनाला केलेला उपदेश हा शिवप्रणीत योगमार्गाचा बोध होता. *पिंडे पिंडाचा ग्रासु। हा तव नाथ संकेतीचा दंशु। परि दाऊनि गेला उद्देशु। महाविष्णु साई।।* (६.२९१). दुसऱ्या शब्दांत सांगायचे म्हटले तर ज्ञानदेवांचा शिव कृष्णाचे ज्ञान सांगतो आणि ज्ञानदेवांचा कृष्ण शिवाचे ज्ञान सांगतो. ही भूमिका ज्ञानदेवांनी ज्ञानेश्वरीत मांडली; पण खरे म्हणजे एकूणच वारकरी संप्रदायाची भूमिका शिव हा विष्णूचा सर्वश्रेष्ठ भक्त आहे, अशी आहे. तो इतका श्रेष्ठ आहे की, विठ्ठलाने त्याला आपल्या मस्तकी धारण केलेले आहे. पंढरपूरला जाणारी शिवाची पहिली पालखी ही शिवाजीमहाराजांच्या

काळाच्या अगोदरची असून, ती सातारा जिल्ह्यातील वाळवा तालुक्यातून पंढरीला आषाढी वारीसाठी जाई, हे लक्षात घेतले, म्हणजे शिव आणि विठ्ठल–कृष्ण यांचा समन्वय कसा घडवण्यात आला, हेदेखील समजावे. परंतु या दोन दैवतांचा समन्वय हा धर्मेतिहासाच्या पातळीवर नाथ आणि वारकरी संप्रदायांचा समन्वय होता. त्याचे सूतोवाच गहिनीनाथांनी केले आणि स्पष्ट मांडणी ज्ञानदेवांनी ज्ञानेश्वरीत केली.

(या संदर्भात आणखी एका मुद्द्याचे स्मरण करून देणे उचित ठरेल. चौलदेशीय काश्मिरी शैव तत्त्वज्ञ महेश्वरानंद म्हणजेच गोरखनाथ अशी एक समजूत आहे. ती विवाद्य आहे; परंतु या महेश्वरानंदांनी *महार्थमंजरी* या ग्रंथाच्या शेवटी आपण जे प्रतिपादन केले, तेच कृष्णाने अर्जुनाला सांगितले होते, अशी भूमिका घेतलेली आहे.)

ज्ञानदेवांनी नाथ पंथाचा प्रवाह वारकरी पंथात विलीन केला, असे म्हटले तरी अतिशयोक्ती होणार नाही. ज्ञानदेवांनंतरही महाराष्ट्रात नाथपंथीय सिद्ध झाले. ज्ञानदेवांची परंपरा सांगणारे सिद्धही झाले, त्यातले अनेक अधिकारी पुरुष होते हेही निःसंशय; परंतु नाथ संप्रदायाचे स्वरूप एक साधनामार्ग– वैयक्तिक साधनामार्ग असेच राहिले. वारकरी संप्रदाय मात्र एक सामाजिक शक्ती, सांस्कृतिक धागा, किंबहुना महाराष्ट्रातील मुख्य प्रवाह, या स्वरूपात राहिला, आजही आहे. दुष्काळ, साथीचे रोग, परचक्रे, परसत्ता, विज्ञान आणि तंत्रज्ञान यांची चढाई यांना तोंड देत तो तसा राहिला आहे. त्याचे बरेचसे श्रेय ज्ञानेश्वरीला, ज्ञानदेवांना व त्यांच्या धोरणांना जाते. लिंगायत (वीर शैव) आणि महानुभाव यांचा येथील वर्णव्यवस्थेविरुद्धचा व जातिव्यवस्थेविरुद्धचा पवित्रा आक्रमक आणि आकर्षक वाटला, तरी प्रत्यक्षात त्याचा समाजजीवनावर फारसा प्रभाव पडला नाही व हे दोन्ही पंथ बेटे बनून अलग पडले.

ज्ञानेश्वर मुळातले नाथपंथीय आणि ज्ञानेश्वरीत त्यांनी नाथ पंथाचे तत्त्वज्ञान सांगितलेले आहे. परंतु तरीसुद्धा ज्ञानेश्वरी हा नंतरच्या काळात नाथ पंथाचा आधारभूत ग्रंथ झालेला आहे, असे दिसत नाही. काही नाथपंथीय विद्वानांनी ज्ञानेश्वरीला महत्त्व दिले हे खरे; पण ते त्यांच्यापुरतेच. फार तर त्यांच्या स्वतःच्या अनुयायांपुरतेच मर्यादित राहिले. त्याला नाथ पंथाची सर्वसामान्य मान्यता मिळाली नाही. याउलट वारकरी संप्रदायाचा ज्ञानेश्वरी हा प्राण बनला. ज्ञानेश्वरी आणि वारकरी संप्रदाय हा खरे तर वेगवेगळ्या विचारांचा विषय होऊ शकतो.

ज्ञानदेवांचे समकालीन, सहकारी किंवा अनुयायी असणारे सर्व संत ज्ञानदेवांचे माउली, सखा, प्राण असे वर्णन करतात. ज्ञानेश्वरीचा गौरव करतात. नामदेव, जनाबाई, चोखामेळा एवढ्या नावांचा निर्देश केला, तरी तो पुरेसा ठरतो. ज्ञानदेव ते एकनाथ या कालखंडाचा इतिहास फारच अस्पष्ट आहे; परंतु इस्लामी राजवटीतील

प्रलोभने आणि दडपणे यांना न जुमानता मराठी समाज, विशेषत: खालच्या जातिजमातींमधील लोक धर्मांतर न करता मराठी संस्कृती व धर्म टिकवते झाले, हे स्पष्ट आहे; आणि त्याचे खूपसे श्रेय ज्ञानेश्वरीला उपजीव्य मानणाऱ्या वारकऱ्यांकडे जाते, हेदेखील स्पष्ट आहे.

एकनाथांनी ज्ञानेश्वरीचा शुद्ध पाठ तयार केला. अनुभवामृतावर (पहिली) टीका लिहिली आणि श्रीक्षेत्र आळंदीचा जीर्णोद्धार केला. एकनाथांच्या रूपाने महाराष्ट्रातील दत्त संप्रदायाचा आणि सूर्योपासनेचा प्रवाह वारकरी पंथास मिळाला व त्याचे बळ वाढले, हेही लक्षात ठेवले पाहिजे.

एकनाथांच्या ज्ञानेश्वरीशुद्धीबद्दल अनेक गैरसमज प्रचलित आहेत. वस्तुस्थिती अशी आहे की, एकनाथांच्या काळात ज्ञानेश्वरीचा प्रसार खूप झाला होता. अनेक अभ्यासकांनी आणि भाविकांनी ज्ञानेश्वरीच्या प्रती तयार केल्या होत्या. या प्रसाराचा अपरिहार्य परिणाम म्हणून ज्ञानेश्वरीत अनेक अपपाठ शिरले. एकनाथांनी सर्व उपलब्ध पाठांचा अभ्यास करून त्यातले शुद्ध पाठ निवडले आणि अशा प्रकारे ज्ञानेश्वरीच्या भ्रष्टीकरणाची प्रक्रिया थांबवली. एकनाथांच्या या कामगिरीमुळे वारकरी संप्रदायातील ज्ञानेश्वरीचे स्थान अधिक बळकट झाले. पाठशुद्धीमुळे एक प्रकारची समरूपता (uniformity) आली.

ज्ञानदेवांनी गीतेवर भाष्य लिहिले होते. गीता आणि भागवत हे कृष्णाशी संबंध असलेले दोन महत्त्वाचे ग्रंथ आहेत. ज्ञानदेवांनी भाष्य लिहिण्यासाठी गीतेची निवड करून आणखी एक महत्त्वाची गोष्ट साधली. वैष्णवांच्या इतर बहुतेक सर्व संप्रदायांमध्ये भागवताला वाजवीपेक्षा जास्त महत्त्व मिळाले, असे दिसते. त्यातल्या त्यात भागवताच्या दशम स्कंधावर त्यांनी अधिक भर दिला. या स्कंधात कृष्णाच्या चरित्रातील गोकुळामधील रासक्रीडा यासारख्या भागाचा समावेश आहे. उत्तरेत व पूर्वेत या प्रकारचे पर्यवसान शेवटी अनैतिक विकृतींमध्ये झाले. गीतेचा भाग तेथे जवळजवळ दुर्लक्षिला गेला, असे म्हटले तरी चालेल. ज्ञानदेवांनी श्रीकृष्ण-चरित्रातील तत्त्वज्ञानाचा भाग म्हणजे गीता निवडून आणि भागवताकडे दुर्लक्ष करून जणू काही नैतिक अध:पातापासून महाराष्ट्राला वाचवले, असे म्हणता येईल. ज्ञानदेव भगवद्गीतेवर मराठी भाष्य लिहीत असताना तिकडे देवगिरीत बोपदेव व हेमाद्रीसारखी पंडित मंडळी भागवताच्या दहाव्या स्कंधावर संस्कृतमध्ये लिहीत होती याची मुद्दाम नोंद घेतली पाहिजे. दुसऱ्या शब्दांत सांगायचे म्हटले, तर भक्तिपरंपरेचे संस्कृतीकरण आणि शृंगारिकीकरण या दोन्ही आपत्ती येण्याची शक्यता त्यामुळे निर्माण झालेली होती. वल्लभ व चैतन्य या पंथांनी शृंगाराची वाट

चोखाळली होती (चैतन्यांच्या वर्तुळात बोपदेव-हेमाद्रींना मानले जाते, महाराष्ट्रात अजिबात नाही, असा हा आणखी एक महत्त्वाचा मुद्दा) ; तर रामानुजांची परंपरा मणिप्रवाळाच्या, म्हणजेच संस्कृतीकरणाच्या वाटेने गेली. ज्ञानदेवांमुळे महाराष्ट्रात या दोन्ही वाटा बंद झाल्या. संपूर्ण वारकरी परंपरेत दहाव्या स्कंधावर एकही भाष्य नाही. एकनाथांनी भागवताच्या ज्या भागावर भाष्य लिहिले, तो भाग म्हणजे कृष्णाने उद्धवाला केलेला तात्त्विक उपदेश, म्हणजे एकादश स्कंध होय. म्हणजेच कृष्णाने अर्जुनाला केलेल्या उपदेशाचे स्पष्टीकरण ज्ञानदेवांनी केले, तर उद्धवाला केलेल्या उपदेशाचे विवरण एकनाथांनी केले ; आणि विशेष म्हणजे त्यांनी ते मराठीतून केले. मराठीचा अभिमान बाळगणारे महानुभावही नंतर संस्कृतच्या पंडिती वळणावर गेले. *लक्षणरत्नाकरासारखे*, *रत्नमाला-स्तोत्रासारखे* ग्रंथच निर्माण करून ते थांबले नाहीत, तर संस्कृत साहित्याचे आणि भाष्यांचे आदर्श समोर ठेवून रचना करत राहिले. वारकरी परंपरा मात्र (संस्कृतकडे) मागे कधीच वळली नाही.

एकनाथांनंतरचे वारकरी अध्वर्यु म्हणजे अर्थातच तुकोबा. तुकोबांनी आळंदी येथील ज्ञानेश्वरी मंदिराचा जीर्णोद्धार केला. तुकोबांच्या अभंगांमधून ज्ञानेश्वरीचे प्रतिध्वनी जागोजागी ऐकू येतात. किंबहुना, तुकोबांच्या गाथेचा अभ्यास केल्याशिवाय ज्ञानेश्वरीचा अर्थ पूर्णपणे उलगडणे अशक्य आहे. तुकोबांच्या शिष्या बहिणाबाई यांनी ज्ञानेश्वरीच्या दोन आरत्या लिहिल्या आहेत. आपल्या निर्वाणसमयी बहिणाबाईंनी ज्ञानेश्वरीचे पारायण करून देहत्याग केला.

ज्ञानेश्वरी हा वारकऱ्यांचा प्राण आहे ; परंतु वारकरी नसलेल्यांवरही ज्ञानेश्वरीचा प्रभाव पडल्याशिवाय राहिला नाही. शिवकल्याण, श्रीधरस्वामी नाझरेकर, गोविंद बर्वे, ही त्यातली काही नावे. शिवकल्याण आणि श्रीधरस्वामी हे दोघे तर पांडुरंगाचे भक्तही होते ; परंतु ज्ञानदेवांबद्दल आदर असणे किंवा पांडुरंगाचे भक्त असणे म्हणजे वारकरी असणे नव्हे, हे मात्र ध्यानात ठेवले पाहिजे. वारकरी नसलेल्या अशा काही मंडळींनी उलट ज्ञानदेवांना वारकरी परंपरेपासून आणि इतर संतांपासून अलग करण्याचा प्रयत्न केला. ज्ञानदेवांना व वारकऱ्यांना अभिप्रेत नसलेल्या मूल्यांना ज्ञानदेवांच्या वाङ्मयात वाचण्याचा त्यांनी प्रयत्न केला. अर्थात यावरून ज्ञानेश्वरीचा आणि ज्ञानदेवांचा महाराष्ट्रावरील प्रभाव स्पष्ट होतो. गोविंद बर्वे हे गृहस्थ तांत्रिक होते. योगाभ्यासात स्वारस्य असलेल्या काहींनी तर ज्ञानेश्वरीचा फक्त सहावा अध्यायच वाचावा, ज्ञानेश्वरीच्या पोथीमधील सहावा अध्याय बाजूला काढून पळवावा, असेही मजेशीर प्रकार केलेले आहेत.

नामदेवांपासून निळोबांपर्यंतच्या वारकरी संतांनी ज्ञानदेवांचे आणि ज्ञानेश्वरीचे

माहात्म्य गाइले आहे. या वारकरी संतांना आपल्या परंपरेचे व 'आयडेंटिटी'चे विलक्षण भान होते, हे बहिणाबाईंच्या 'संतकृपा झाली...' या सर्वश्रुत अभंगातील इमारतीच्या रूपकावरून सहज कळून येईल. लोकहितवादीही वारकरी ज्ञानदेव, नामदेव, कबीर, एकनाथ व तुकाराम यांच्याशिवाय कोणालाही संत मानत नाहीत असे सांगतात, याची नोंद घेतलेली बरी. (कबीरांचा समावेश हा त्यांच्या सामाजिकतेमुळे झालेला आहे, याचा उल्लेख येथे केला पाहिजे.)

वारकऱ्यांना ज्ञानेश्वरी कितीही पूज्य आणि प्रमाण असली तरी ज्ञानेश्वरीवर प्रवचन करण्याची पद्धत वारकऱ्यांमध्ये नव्हती. प्रवचन हे माध्यम तसे बंदिस्त, व्यक्तिकेंद्रित आणि पंडिती वळणाचे आहे. वारकऱ्यांचे माध्यम म्हणजे कीर्तन; प्रवचनाच्या अगदी उलट. वारकरी पद्धतीच्या कीर्तनात ज्ञानेश्वरीचा–ज्ञानेश्वरीतील ओव्यांचा प्रमाण म्हणून उपयोग केला जाई. प्रवचनाची पद्धत अलीकडची, म्हणजे गेल्या दीडशे वर्षांमधील होय. कीर्तनामधील उत्कटता व उत्स्फूर्तता प्रवचनात येणे शक्य नाही. उलट विद्वत्तेचे वा पांडित्याचे प्रदर्शन कोणी कीर्तनात करू लागले, तर ते हास्यास्पद ठरेल. ज्ञानेश्वरीवर प्रवचने करण्याचा प्रघात गेल्या शतकात नानामहाराज साखरे यांनी पाडला. आणि तेवढ्याने भागत नाही म्हणून की काय, ज्ञानेश्वरीचा अर्थ अद्वैत वेदान्तपर लावण्याची प्रक्रियाही त्यांनी सुरू केली. बरे, हा वेदान्तपर अर्थ निदान मूळ अस्सल शंकराचार्यांच्या ग्रंथाच्या आधारे तरी लावावा! पण तसे न करता दुय्यम–तिय्यम दर्जाचे ग्रंथ ते त्यासाठी वापरू लागले. त्यांच्या पश्चात विनायकमहाराज साखरे यांनी तर उत्तरेकडील जाट पंडित निश्चलदासकृत *विचारसागर* आणि *वृत्तिप्रभाकर* हे दोन प्राकृत आणि बालजनांकरिता लिहिलेले वेदान्तपर ग्रंथ प्रमाण मानून ज्ञानेश्वरीचा अर्थ त्यांच्या आधारे लावण्याची सुरुवात केली. हा प्रकार अगदी अस्वाभाविक होता. परंतु तो पुढे इतका रूढ झाला आहे की, आज जोगमहाराजांनी काढलेल्या वारकरी शिक्षण संस्थेसह वारकऱ्यांच्या सर्वच शिक्षण संस्थांमधून *विचारसागर* हा ग्रंथ तोंडपाठ करून घेतला जातो. आपण उच्चारत असलेल्या वाक्यांचा नेमका अर्थ काय हे शिकवणाऱ्यांनाही ठाऊक नसते, तर शिकणाऱ्यांना कोठून असणार? मात्र, बुवा फार विद्वान आहेत, वेदान्त चांगला सांगतात, असा भाव मारण्याची मात्र सोय होते. खरे म्हणजे बुवांना ना वेदान्त समजलेला असतो, ना ज्ञानेश्वरी.

साखरे यांनी वारकरी संप्रदायात *विचारसागराच्या* माध्यमातून वेदान्त घुसवला. ज्या उपनिषदांना व ब्रह्मसूत्रांना (त्यांच्यावर, म्हणजे प्रस्थानत्रयीपैकी प्रस्थानद्वयींवर भाष्य न लिहिता) संतांनी शिताफीने दूर ठेवले होते व त्यामुळे अधिकारभेदालाही

दूर ठेवण्याची सोय केली होती, त्यांना येथे फाजील महत्त्व दिले आहे. त्यामुळे वर्ण व आश्रम यांची मागच्या दाराने आयात झाली. हे सर्व ज्ञानेश्वरीच्या आणि एकूणच वारकरी संप्रदायाच्या 'स्पिरीट'च्या विरुद्ध आहे. स्वत: विनायकबुवा साखरे हे लोकमान्य टिळकांवरील ग्रामण्य आणि बहिष्कार या प्रकरणात अग्रेसर होते. सत्यशोधक ब्राह्मणेतर चळवळीला शह देण्यासाठी गुंजाळ, नलावडे, झांजले, आवटे अशी वारकऱ्यांच्या अंतर्गत बहुजन समाजातीलच मंडळींची जी एक आघाडी उभी राहिली, तिचे साखरे हे अध्वर्यु होते.

आज नाथ संप्रदाय हा स्वतंत्र आणि प्रभावशाली पंथ म्हणून अस्तित्वात नाही; परंतु तरीही काही प्रतिभासंपन्न नाथ सांप्रदायिकांनी ज्ञानेश्वरीचा नाथ सांप्रदायिक अर्थ लावण्याचा प्रयत्न केला. धनेश्वर-मिरीकर ही अहमदनगरची मंडळी त्यात प्रमुख होती. पावसच्या स्वामी स्वरूपानंदांनी अभंग-ज्ञानेश्वरी सिद्ध केली.

याउलट संख्याबळाने वारकरी पंथ आज खूपच मोठा असला, तरी वेदान्ती पद्धतीचा अंगीकार केल्यामुळे निदान ज्ञानेश्वरीच्या संदर्भात तरी त्यात एक प्रकारचा साचेबंदपणा आलेला दिसतो. (अपवाद म्हणजे आजरेकर आणि सातारकर यांचे फड.) अर्थात त्यामुळे नाथ पंथाचे सामर्थ्य वाढत आहे किंवा वाढणार आहे असाही त्याचा अर्थ नव्हे; पण तरीही वारकऱ्यांनी आत्मपरीक्षण करण्याची गरज आहे.

∎

१०. ज्ञानेश्वरीचे स्थलकाल संदर्भ

कवी स्वतंत्र असतात असे म्हटले जाते आणि ते खरेही आहे. येथे कवीचे स्वातंत्र्य म्हणजे निर्मितीचे स्वातंत्र्य अभिप्रेत आहे. कवीच्या प्रतिभेला स्थलकालाचे बंधन नसते असेही यातून सूचित होते. परंतु याचा अर्थ असा मात्र नव्हे की, प्रतिभावंताच्या कलाकृतीचा प्रतिभावंताच्या स्थलकालाशी काहीच संबंध नसतो. स्थलकालाच्या मर्यादांचे उल्लंघन हे जरी उच्च कलाकृतीचे वैशिष्ट्य असले, तरी या मर्यादा उल्लंघणे तिला त्यामुळे शक्य होते की, प्रथमत: ती तिच्या स्वत:च्या स्थलकालाशी संबद्ध असते. तिची स्थलकालातीतता ही तिच्या स्वत:च्या स्थलकालाच्या पूर्णपणे निरपेक्ष नसते. असेही म्हणता येईल की, सापेक्षता आणि निरपेक्षता या गोष्टी श्रेष्ठ कलाकृतींच्या संदर्भात श्रेष्ठ असणारी कलाकृती ही त्या संदर्भाबाहेरही श्रेष्ठ असेल अशी खातरी देता येत नसली, तरी स्थलकालाच्या सीमारेषा ओलांडून श्रेष्ठ ठरलेली कलाकृती मात्र तिच्या स्वत:च्या संदर्भचौकटीतही श्रेष्ठच असते.

श्रेष्ठ कलाकृतीचे तिच्या स्वत:च्या स्थलकालातील औचित्य, महत्त्व, श्रेष्ठत्व इत्यादी गोष्टी तिच्या स्थलकालनिरपेक्ष महत्तेत मोडतात किंवा त्या महत्तेतून आपोआप निष्पन्न होतात, म्हणून तिचा तिच्या स्थलकालाच्या चौकटीत विचार करणे कदाचित अनावश्यक किंवा गौण वाटण्याची शक्यता आहे. परंतु असे वाटणे चूक आहे. एकतर श्रेष्ठ कलाकृतीच्या निर्मितीची मीमांसा तिच्या स्थलकालाच्या संदर्भात करता आली तर तिच्या आकलनास मदत होते आणि दुसरे असे की, ही कलाकृती ज्या परिस्थितीत निर्माण झाली, ज्या परिस्थितीला प्रतिसाद म्हणून निर्माण झाली किंवा ज्या परिस्थितीतील समस्यांची सोडवणूक म्हणून निर्माण झाली, त्या प्रकारच्या परिस्थितीसारखी परिस्थिती इतिहासात पुन्हा निर्माण होऊ शकते. अशा वेळी त्या कलाकृतीतून परतपरत स्फुरण मिळणे शक्य होण्यासाठीही तिचा तिच्या परिस्थितीच्या संदर्भात विचार करणे आवश्यक ठरते. प्रस्तुत लेखात ज्ञानेश्वरीचा विचार या पद्धतीने करण्याचे योजिले आहे.

ज्ञानेश्वरांचा उदय ज्या यादवकाळात झाला, तो यादवकाळ ज्ञानेश्वरी लिहिली

गेली तेव्हा सुवर्णकाळ होता असे दिसते; परंतु ही झाली एक बाजू. दुसऱ्या बाजूने राज्याच्या विनाशाची बीजेही याच वेळी पेरली जात होती. उत्तरेकडे आलेल्या परकीय आक्रमणाच्या संकटाची यत्किंचितही दखल न घेता यादव राजांच्या दरबारातील नित्याचे व्यवहार 'आपण त्या गावाचेच नाहीत' अशा थाटात चालू होते. एका बाजूला ब्राह्मण, क्षत्रिय व दुसऱ्या बाजूला इतर सामान्य जन अशी समाजाची विभागणी झाली होती. कर्मकांडप्रधान वैदिक धर्माचे पुनरुज्जीवन हे या काळाचे वैशिष्ट्य सांगता येईल. रामदेवराय यादवाचा प्रधान हेमाद्री या काळाचा प्रतिनिधी होय. संस्कृत भाषेचे स्तोम, व्रतवैकल्ये व उद्यापने यांची रेलचेल, धर्मशास्त्रातील विषमतेचा पुरस्कार करणाऱ्या भागाची काटेकोर अंमलबजावणी, जनसामान्यांविषयी तुच्छता बुद्धी व त्यामुळे त्यांना वाटणारी सर्वक्षेत्रीय असुरक्षितता इत्यादी ठळक बाबी या काळाचा अभ्यास करणाऱ्या कोणालाही जाणवाव्यात.

या प्रवाहाविरुद्धच्या प्रतिक्रियाही अर्थात तितक्याच जोरदार होत्या. अवैदिक बौद्ध धर्म संपुष्टातच आला होता. जैन धर्म त्याच्या मोजक्या अनुयायांत तग धरून होता. वैदिक हिंदू धर्मातूनच उमटलेल्या दोन तीव्र प्रतिक्रिया म्हणजे लिंगायत आणि महानुभाव पंथ. पैकी पहिल्याचा विचार येथे फारसा प्रस्तुत नाही. महानुभाव पंथाचे संस्थापक चक्रधर यांनी यादवकालीन धर्ममार्तंडांची झोप उडवली. वेदप्रामाण्य पार झुगारून देऊन चक्रधरांनी जणू कोंडी फोडली. असंतोषाला वाट मोकळी करून दिली. त्यात परत भर पडली ती चक्रधरांच्या वेधक व्यक्तिमत्त्वाची. अनेक लोक त्यांच्याकडे आकर्षित होऊ लागले. या आकर्षणाचे लोण थेट राजसभेत पोहोचले. सत्ताधाऱ्यांच्या घरातही गेले. याचा परिणाम शेवटी व्हायचा तोच झाला. पद्धतशीर कट करून चक्रधरांना संपवण्यात आले. महानुभाव पंथाची वाताहत होऊ लागली.

ही झाली सर्वसामान्य सामाजिक-राजकीय-धार्मिक परिस्थिती. धर्म ही मध्ययुगातील अत्यंत महत्त्वाची प्रेरणा होती हे लक्षात ठेवले पाहिजे. या परिस्थितीचा प्रत्यक्ष फटका खुद्द ज्ञानेश्वर व त्यांचे कुटुंबीय यांना बसला होता. एकदा संन्यास घेतल्यानंतर परत प्रपंच करण्याचे पातक विठ्ठलपंतांकडून घडले. त्यामुळे त्यांना स्वतःला तर देहत्याग करायला लागलाच; पण धर्मशास्त्रानुसार त्याची झळ त्यांच्या मुलांनाही पोहोचली. संन्याशाची मुले म्हणजे धर्मशास्त्रानुसार आरूढपतितांची संतती. ती वर्णबाह्य होत. धर्मशास्त्रानुसारच त्यांचा दर्जा ब्राह्मण हा नसून 'दोल' किंवा 'वोट' हा होय व त्यांचे काम 'वापीकूप खणणादी' होय. ज्ञानेश्वर व त्यांची भावंडे यांना अशा प्रकारे जन्मापासूनच धार्मिक छळाला तोंड द्यावे लागले.

सुदैवाने या भावंडांचा नाथपंथीय गहिनीनाथांशी संबंध आला. नाथ पंथ

मुळातच उदारमतवादी. गहिनीनाथांनी नाथ पंथाची धारा महाराष्ट्रात नव्याने मूळ धरत असलेल्या विठ्ठल संप्रदायात म्हणजे वारकरी पंथात विलीन केली. या पंथाची शक्ती त्यांच्या दूरदृष्टीने बरोबर हेरली होती.

समाजात राहून समाजासाठी कार्य करायचे असेल, तर त्यासाठी काही किमान सामाजिक दर्जा असणे आवश्यक ठरते. ज्ञानदेवादी भावंडांना, ती आरूढपतितांची संतती असल्यामुळे, असा काही दर्जा नव्हता. तेव्हा तो प्राप्त करून घेणे आवश्यक होते. याबाबत त्यांची आपापसांत चर्चा झाली व शेवटी धर्मपीठ जे पैठण येथे जाऊन शुद्धिपत्र मिळवण्याचे ठरले.

संत नामदेवांनी केलेल्या वर्णनावरून असे दिसते की, या कार्यात प्रत्यक्ष संबंध जरी चार भावंडांचा असला, तरी ती काही एकटी नव्हती. नाथ व वारकरी संप्रदायाची शक्ती त्यांच्यामागे उभी होती. बहुधा ही योजना आषाढी वारीत पंढरपूरला ठरली असावी. नामदेवांनी केलेल्या प्रत्यक्ष वर्णनावरून खुद्द नामदेवही त्यांच्यासमवेत असावेत.

पैठणात ज्ञानदेवांनी पैठणच्या लोकांना वेध लावला. ते पुराण सांगत व त्यांच्याजवळ 'गीतासंबोधिनी' होती, असेही नामदेव म्हणतात. यावरून गीतेवर भाष्य लिहिण्याची कल्पना पैठणात असतानाच त्यांच्या डोक्यात घोळत असावी असे वाटते.

पैठणच्या धर्माचार्यांकडून, त्यांना काही चमत्कार दाखवून म्हणजे रेड्यामुखी वेद बोलवून ज्ञानदेवांनी शुद्धिपत्र पदरात पाडून घेतले. म्हणजे आता त्यांना आवश्यक असा सामाजिक दर्जा प्राप्त झाला, त्यांची वाट मोकळी झाली.

येथेच ज्ञानदेवांचे चातुर्य दिसू लागते. पैठण हे एवढे मोठे धर्मक्षेत्र, पंडितांचे माहेरघर, दक्षिणेतील काशी. भगवद्गीतेवर भाष्य खरे म्हणजे त्यांनी पैठणातच लिहायला हवे होते. त्यांनी तसे केले नाही. ते पैठणहून तडक नेवाशाला आले. दरम्यान त्यांनी आपेगावला भेट दिलेली असणार हे वेगळे सांगायला नको. पैठणच्या धर्मधुरिणांकडून शुद्धिपत्र मिळवणे हे एक प्रकारे विजयपत्र मिळवण्यासारखेच होते व तेथून पुढचा ज्ञानदेवांचा प्रवास ही विजययात्राच होती.

पैठणमधून मान्यता मिळवली हेच खूप झाले. तेथे अधिक काळ राहून व मराठीत ग्रंथनिर्मिती करून विषाची परीक्षा पाहण्याची ज्ञानदेवांची इच्छा नव्हती. थोडक्यात, चक्रधरांनी केलेल्या चुकीची पुनरावृत्ती त्यांना करायची नव्हती. ज्ञानदेवांनंतर तीनएक शतकांनी एकनाथ झाले. त्यांनी भागवताच्या एकादश स्कंधावर टीका लिहायचे ठरवले; पण पैठणची स्थानिक मातब्बर असामी असूनही नाथांना तेथे हे काम

तडीस नेता आले नाही. मग ते काशीला गेले व तेथे ग्रंथ पूर्ण केला. ज्ञानदेवांच्या वेळी तर परिस्थिती अधिक बिकट होती. धर्मसत्ता व राजसत्ता या दोहोंना ज्ञानदेवांचे कृत्य पसंत पडले नसते. कदाचित अनर्थ झाला असता, म्हणून ज्ञानदेव सरळ गोदावरीच्या काठाने नेवाशाला आले.

नेवासा हे ठिकाण दोन दृष्टींनी सुरक्षित होते. एकतर पैठण व देवगिरी या शहरांपासून ते बऱ्यापैकी अंतरावर होते. ज्ञानदेव नेमके काय करत आहेत हे तिकडे समजेपर्यंत त्यांचे कार्य पूर्णही झाले असणार!

दुसरे असे की, नेवासा व परिसर हा नाथ पंथाचा बालेकिल्ला होता. आजही या परिसरातील ठिकाणे, आख्यायिका यांचा धांडोळा घेतला, तर तेथील नाथ पंथाचा प्रभाव स्पष्ट होतो. ज्ञानदेव आता हे आपल्या लोकांमध्ये आले होते. नागपूरचे डॉ. म. रा. जोशी यांनी नेवासा येथे नाथपरंपरेतील एका संप्रदायाचे मंदिर व नाथसिद्धाची समाधी होती, असे दाखवून दिले आहे. परंतु डॉ. जोशी यांना वाटते तसे नेवाशालाच ज्ञानेश्वरी लिहिण्याचे कारण नेवाशाचे आध्यात्मिक स्थानमाहात्म्य हे नव्हते, तर ते सामाजिक होते. ज्ञानदेव तिथे अधिक सुरक्षित होते. एक तर ते त्यांच्या संप्रदायाचे स्थान होते व दुसरे म्हणजे त्यांनी अनेकदा ज्ञानेश्वरीत ज्यांचा संत म्हणून गौरवाने उल्लेख केलेला आहे अशी, विशेषत: वारकरी पंथातील नामदेवांसारखी मंडळी त्यांच्याबरोबर विशेष संख्येने होती, अन्यथा नेवाशाला एकाएकी इतके संत कसे उपटले याची संगती लावता येणार नाही.

ज्ञानदेवांनी चक्रधरांची आणखी एक चूक टाळली. चक्रधरांनी वेदप्रामाण्याला पुरता फाटा दिला व स्वतःच्याच वचनांना वेदांचा दर्जा दिला. त्या काळात व त्या प्रकारच्या समाजात हे खपवून घेतले जाणे अशक्य होते. परिणाम काय झाला हे वेगळे सांगायलाच नको. *वेदमर्यादा सांडोनी चालती। हुंब ते घेती वाऱ्यासवे।* असा नामदेवांचा शेरा या संदर्भात फार महत्त्वाचा आहे. वेदप्रामाण्याच्या विरोधी भूमिका घेऊन नवा आचार वा नवे तत्त्वज्ञान मांडणे हे परवापर्यंत म्हणजे ब्रिटिशांच्या आगमनापर्यंत अशक्य होते. अव्यवहार्य तर होतेच होते. ज्यांनी-ज्यांनी तसे करण्याचा प्रयत्न केला, त्यांच्या सद्भावनांबद्दल आदर ठेवून असेच म्हणावे लागते की, ती 'वाऱ्याशी हुंब' होती. त्यामुळे फार तर तात्कालिक खळबळ माजली असेल, त्यांना व्यक्तिगत 'हीरोशिप' मिळाली असेल; पण त्यांच्या विचारांचा समाजावर खोल परिणाम होऊ शकला नाही. ते बहुश: नष्टप्राय झाले, एकाकी पडले व त्यांच्या अनुयायांनी परत पूर्वीचाच कित्ता गिरवला.

ज्ञानेश्वरांनी वेदप्रामाण्य नाकारण्याचा भावात्मक मार्ग शोधून काढला. त्यांनी

गीतेवर टीका लिहिली. वास्तविक गीतेवर अनेक टीका त्यापूर्वी लिहिल्या गेल्या होत्या. त्यात ज्ञानदेवांचे वेगळेपण काय, असे कोणी विचारील. केवळ प्राकृतातील पहिली गीताटीका एवढेच काही ज्ञानेश्वरीचे वैशिष्ट्य नाही. गीतेवर टीका लिहिणाऱ्या पूर्वाचार्यांनी गीतेबरोबरच उपनिषदे व ब्रह्मसूत्रे यांच्यावरही भाष्ये केली व प्रस्थानत्रयीच्या कल्पनेला मान तुकवली. ज्ञानेश्वरांनी फक्त गीतेवरच टीका लिहिली हे त्यांचे कृत्यच मुळी त्यांनी इतर दोन प्रस्थानांना गौणत्व दिले हे सूचित करणारे आहे. ज्ञानदेवोत्तर इतर कोणीही वारकरी संत या प्रस्थानाकडे वळला नाही. याउलट अगदी वीर शैवांनीसुद्धा ब्रह्मसूत्रांवर भाष्य लिहिले ही गोष्ट लक्षणीय आहे. पण फक्त गीतेवर टीका लिहिणे हा काही माझ्या मताच्या सिद्धीचा पुरेसा पुरावा होणार नाही. ज्ञानदेवांनी आणखी काही गोष्टी केल्या, त्याही येथे नमूद करणे आवश्यक आहे.

पूर्वाचार्यांच्या मते प्रस्थानत्रयीमधील गीतेचे स्थान हे दुय्यम आहे. उपनिषदे ही श्रुती व ब्रह्मसूत्रे म्हणजे उपनिषदांचे सार म्हणून त्यांचे स्थान उच्च; परंतु गीता ही महाभारतांतर्गत असल्याने ती श्रुती नसून स्मृती आहे आणि श्रुती वा स्मृती यांच्यात संघर्ष आला, तर श्रुतीला प्रमाण मानावे अशी परंपरा आहे.

ज्ञानदेवांनी अतिशय खुबीदारपणाने हे चित्र उलटवले. ज्या परमेश्वराचा उच्छ्वास किंवा झोपेतील बोलणे म्हणजे वेद, त्या परमेश्वराचे जागृतीतील व प्रतिज्ञेचे बोलणे म्हणजे गीता असे म्हणून ज्ञानदेवांनी वेदांना गौण केले. वेदांचा अधिकार शूद्रांना नाही या त्यांच्या उणिवेमुळे वेद घाबरला व गीतेच्या पोटात जाऊन दडला, असेही त्यांनी म्हटले आहे. अशा प्रकारे वेदांचे प्रामाण्य प्रत्यक्षपणे न नाकारता त्यांनी ते स्वीकारून नाहीसे केले. ज्ञानदेवांची ही शैली अजोड आहे. ज्ञानदेव ध्वन्यर्थाचे सम्राट आहेत. 'ग्यानबाची मेख' असा जो शब्दप्रयोग मराठीत रूढ आहे त्याचे मूळ कदाचित हेही असेल; आणि नसले तरी तो प्रयोग ज्ञानदेवांना बरोबर लागू पडतो. ज्ञानदेवांनी वेदप्रामाण्य न नाकारता वेदांना गौणत्व दिले; परंतु त्याचबरोबर चक्रधरांप्रमाणे स्वतःकडे प्रामाण्य न घेता ते गीतेला बहाल केले. सर्वांना अधिकार हा गीता व वेद यांच्यामधील मुख्य भेद आहे, यापेक्षा यावर अधिक भाष्य करण्याची गरज नाही. नामदेवांनी अत्यंत समर्पकपणे ज्ञानेश्वरांचे वर्णन करताना *काढोनिया गुह्य वेद केले फोल।।* असे म्हटले आहे. त्यांनी वेद नाकारला नाही, फोल केला. पैठणात हेदेखील करणे अवघड होते. म्हणून ज्ञानदेवांनी नेवाशाची निवड केली.

स्थळाचा प्रश्न सुटला, आता मुख्य प्रश्न काळाचा आहे. शके १२१२ याने केवळ वर्षाचा बोध होतो, तिथीचा वा महिन्याचा उल्लेख ज्ञानेश्वरीत नाही. आणि वेगवेगळे ऋतू इत्यादींचे जे उल्लेख आलेले आहेत त्यांवरून काही अनुमानही काढता

येत नाही. सप्तशताब्दी साजरी करायची म्हणजे थोडी तरी निश्चितता असायला हवी. म्हणून मी यासंबंधी बराच विचार करत होतो.

माझ्या लक्षात एक गोष्ट आली ती ही की, नामदेवांच्या म्हणण्याप्रमाणे नेवासा येथील ग्रंथनिर्मितीचे कार्य संपल्यावर ज्ञानदेव कृतकृत्य होऊन आळंदीला निघाले. पारनेर तालुक्यातून ते ओतूरजवळील आळ्याच्या बनात उतरले. पैठणपासून त्यांच्या सोबत असलेला रेडा आळे येथे मरण पावला.

तेथोनिया आले आळेयाच्या वना। पशु तोही जाणा शांत झाला।।

आळे येथे आजही रेड्याची समाधी आहे व प्रतिवर्षी महाशिवरात्रीला तेथे रेड्याचा समाधीउत्सव साजरा केला जातो. ज्ञानेश्वरांनी रेड्याकरवी वेद बोलवले या चमत्काराच्या भागावर विश्वास ठेवायचा की नाही हा मुद्दा अलाहिदा. महाशिवरात्रीला म्हणजे माघ वद्य चतुर्दशी, शके बाराशे बारा या दिवशी ज्ञानेश्वर आळ्याला होते व नेवासे येथील ग्रंथरचनेचे काम संपवून आले होते, ही गोष्ट येथे स्पष्ट होते. म्हणजे नामदेवांचा अभंग आणि परंपरा या दोन प्रमाणांच्या मदतीने काळाचा एक बिंदू निश्चित झाला. ज्ञानेश्वरी १२१२च्या महाशिवरात्रीपूर्वी लिहिली गेली आणि जोपर्यंत परंपरा ही तर्क व अनुभव यांच्या अगदीच विरुद्ध जात नाही किंवा तिला छेद देणारा नवीन पुरावा उपलब्ध होत नाही, तोपर्यंत परंपरा हेच प्रमाण अशी संशोधनपद्धती मी मानतो.

मुळात पैठणला जाताना ज्ञानदेवांच्या बरोबर नामदेवादी वारकरी संत असल्याने ते आषाढी एकादशीनंतर बहुधा पंढरपूरहूनच पैठणला निघाले असणार हे अनुमान मी यापूर्वीच नोंदवले आहे. म्हणजे एका बाजूला आषाढ शुद्ध एकादशी व दुसऱ्या बाजूला माघ वद्य चतुर्दशी असे १२१२मधील दोन कमाल कालबिंदू आपल्या हाती आले. त्यातील पंढरपूर ते पैठण हा प्रवास, पैठणातील वास्तव्य व पैठण ते नेवासा हा प्रवास यासाठी लागणारा काळ काढणे हा एक मार्ग उरला. याने आपण सत्याच्या बऱ्याच जवळ पोहोचू, पण खातरी देता यायची नाही असे वाटल्याने मी परत एकदा ज्ञानेश्वरी चाळायला लागलो.

संशोधकाची प्रतिभा वगैरे गोष्टींवर डॉ. रा. चिं. ढेरे जो अतिरिक्त भर देतात तो मला तितकासा पटत नाही. स्फुरणे हा पद्धतीचाच एक भाग आहे. एखाद्याला एखादी गोष्ट स्फुरते व दुसऱ्याला ती स्फुरत नाही, याचे कारण पहिला विशिष्ट पद्धतीने जात असतो व दुसरा त्या पद्धतीने जात नसतो एवढेच असते; तर ज्ञानेश्वरीत काव्याच्या काही खुणा दिसतात का हे पाहण्यासाठी ज्ञानेश्वरी वाचताना पंधराव्या अध्यायाच्या नमनातील एक ओवी मला 'स्ट्राइक' झाली. *सूर्ये अधिष्ठिली प्राची।*

जगां राणीव दे प्रकाशाची। तैसी वाचा श्रोतयां ज्ञानाची। दिवाळी करी।। (१५.१२)
ज्ञानदेवांनी हृदयात गुरूंची प्रस्थापना करून पूजा बांधली व ते प्रार्थना करत आहेत की, 'श्रोत्यांनो ज्ञानाची दिवाळी करा.'

वास्तविक 'ज्ञानाची दिवाळी'मध्ये दिवाळीच्या सणाचा जो आलंकारिक उपयोग करून घेतला आहे, त्या उपयोगात तसे नवे काहीच नाही. ज्ञानेश्वरीत अन्यत्रही दिवाळीच्या सणाचा असा उपयोग केलेला आहे. इतकेच नव्हे; तर महानुभावी साहित्यातही 'आनंदाच्या दिवाळी'पासून तर 'संभोगसुखाच्या दिवाळी'पर्यंत दिवाळीची रेलचेल आहे. मग या 'ज्ञानाच्या दिवाळी'नेच नेमके असे काय सूचित होणार?

अलंकारशास्त्राच्या जंजाळात शिरायचे आपणास कारण नाही. पण काही गोष्टी सांगितल्याशिवाय 'ज्ञानाच्या दिवाळी'चे महत्त्व लक्षात येणार नाही.

पहिली गोष्ट अशी, या ओळीत दोन प्रतिमांचा वापर आहे. ज्ञानासाठी दिवाळीच्या प्रतिमेचा उपयोग केलेला आहे; परंतु ही प्रतिमा साधी व सरळसोपी नाही, तिच्यासाठी परत सूर्याच्या प्रतिमेचा उपयोग केलेला आहे. 'ज्याप्रमाणे सूर्य पूर्व दिशेला अधिष्ठित होऊन सर्व जगाला प्रकाश देतो त्याप्रमाणे' ही उपमा या ओवीचा एक भाग आहे व ही उपमा ज्ञानाला, खरे म्हणजे 'ज्ञानाची दिवाळी' या दुसऱ्या भागाला दिलेली आहे. उपमा अलंकार हा एका अर्थाने इतरांच्या तुलनेने तसा कमी बळ असलेला अलंकार आहे. या अलंकारात लेखक/कवी, श्रोत्यांच्या/ वाचकांच्या सादृश्यज्ञानाला व कल्पनाशक्तीला आवाहन करत असतो. त्याला अशी खबरदारी घ्यावी लागते की, एका बाजूला श्रोत्यांना सादृश्यज्ञान असायला हवे व दुसऱ्या बाजूला त्याच्या कल्पनाशक्तीला फार ताणही पडता कामा नये. म्हणजे त्याला जे सांगायचे आहे ते सादृश्यज्ञानावर आधारित व कल्पनाशक्तीच्या आटोक्यात हवे. दुसऱ्या शब्दांत सांगायचे म्हणजे उपमान व उपमेय ही काही एकात्म (identical) नसतात, ती वेगळी असतात; पण त्यांच्यात काही साम्य असते. आलंकारिक भाषेतच सांगायचे म्हणजे उपमान व उपमेय यांच्यात काही अंतर असते. खबरदारी घ्यावी लागते ती ही, की हे अंतर फार असू नये. अंतर फार झाले की श्रोत्याची कल्पनाशक्ती ते कापू शकत नाही. समजा, श्रोत्याला मुद्दा कळला तरी तो उपमेयाबद्दल असमाधानी राहतो. प्रसंगी उपमा हास्यास्पद बनते.

आता सूर्याचा प्रकाश व दिवाळी यांची तुलना करा. दिवाळीला सूर्याच्या प्रकाशाची उपमा चपखल नाही हे वेगळे सांगायला नको. सूर्याचा प्रकाश दिवाळीतील दीप-प्रकाशाच्या तुलनेत खूपच तीव्र असतो. येथे उपमान व उपमेय यांच्यामध्ये जास्त अंतर पडते आहे.

मी म्हणतो ती गोष्ट फक्त उपमा याच अलंकाराला लागू होते, रूपकाला होत नाही. रूपकात कवीला जास्त सत्ता असते. तो श्रोत्यांच्या कल्पनाशक्तीवर फारसे काही सोपवत नाही. रूपक हे पाहण्याचे आवाहन नसून सरळसरळ विशिष्ट पद्धतीने दाखवणे आहे. त्यात श्रोता, वाचक फारसा स्वतंत्र नसतो. त्यामुळे रूपकात अंतर कापण्याचा प्रश्न उद्भवत नाही. कवीने अंतर मुळी ठेवलेलेच नसते. एक प्रकारे हे कलावंतांचे आक्रमण आहे.

अशा परिस्थितीत ज्ञानेश्वरांसारख्या अलंकारप्रभूने सूर्य व दिवाळी यांची उपमा निर्माण करावी याचे मला आश्चर्य वाटते; पण तेवढ्यात एक महत्त्वाची गोष्ट माझ्या ध्यानात आली.

सुरुवातीच्या विवेचनाची आठवण करून देऊन परत एकदा सांगतो, कलावंताने एखादी कलाकृती निर्माण केल्यानंतर ती त्याच्यापासून व ज्या देशकालाच्या संदर्भात ती निर्माण झाली त्या संदर्भापासून ती आपोआपच मुक्त होते. किंबहुना अशी मुक्तता ही श्रेष्ठ कलावंताचे व श्रेष्ठ कलाकृतीचे महत्त्वाचे वैशिष्ट्य आहे. पण याचा अर्थ असा नाही की प्रत्यक्षात कलाकृती निर्माण करताना तिच्यावर देशकालादी संदर्भाचा कसलाच ठसा उमटत नाही, कसलाच परिणाम होत नाही. उलट असल्या संदर्भांचा योग्य उपयोग करून घेणे यात कलावंताचे सारे कौशल्य असते.

मला वाटते, ज्ञानेश्वरांनी उपरोक्त ओवी लिहिली तेव्हा दिवाळीच असली पाहिजे. दिवाळीचे वातावरण आणि या वातावरणात असलेले श्रोते हा तात्कालिक संदर्भ आहे. त्यामुळे समोर बसलेल्या श्रोत्यांना सूर्यप्रकाश व दिवाळी यांच्यातील अंतर भरून काढणे अवघड जाणार नाही, त्यांना ते खटकणारही नाही असे ज्ञानेश्वरांमधील निर्मात्याचे मन त्यांना सांगते व ते उपमा देऊन जातात. अर्थात ही प्रक्रिया खूपच गतिमान असणार आणि कदाचित अबोधही असणार. तो कदाचित दिवाळीच्या वातावरणाचा अबोध प्रभावही असेल.

मला हे सुचले खरे, पण एका अर्थाने ही कविकल्पनाच झाली. मात्र, विचारवाचनाच्या प्रक्रियेत माझ्या हेही ध्यानात आले की, *लीळाचरित्रा*नुसार दिवाळीच्या वेळी नेवाशाला म्हाळसा देवतेची मोठी यात्रा भरत असे. ज्ञानदेवांना या देवतेविषयी अपार आस्था आहे. कदाचित म्हणूनच तर त्यांनी हा मुहूर्त गाठला नसेल ना?

पंधराव्या अध्यायाच्या ज्या नमनातील ओवीच्या आधारे हा अंदाज मांडलेला आहे, ते नमन म्हणजे गुरुंना हृदयाच्या चौरंगावर बसवून त्यांची पूजा बांधण्याचे आहे. त्यात गुरुंना ओवाळलेही आहे. ही पूजा आणि असे ओवाळणे दिवाळी सूचित

करत नाही काय? चक्रधरांनाही एका दिवाळीत असेच ओवाळण्यात आले होते, ते लक्षात घेतले पाहिजे.

दिवाळीचा पडसाद ज्ञानेश्वरीनंतर नेवाशातच लगेच निर्माण झालेल्या 'अनुभवामृत'मध्येसुद्धा उमटला आहे. या ग्रंथाच्या शेवटी ज्ञानदेव म्हणतात,

म्हणोनि ज्ञानदेवो म्हणे। अनुभवामृते येणे। सणु भोगिजे सणे। विश्वाचेनी।।

अगदी विश्वाच्या सणानेसुद्धा या अनुभवामृताने सण साजरा करावा! आता विश्वाचा सण कोणता? अर्थात दिवाळी.

तात्पर्य, ज्ञानेश्वरी शके १२१२च्या दिवाळीत नेवासे येथे लिहिण्यात आली, हीच तिची स्थलकाल चौकट होय. ती विशिष्ट परिस्थितीतून निर्माण झाली. त्या परिस्थितीला तो एक प्रतिसाद होता. परंतु ती मुळातच एक श्रेष्ठ कलाकृती असल्याने तिने या सर्व मर्यादा ओलांडल्या व नंतरच्या मराठी संस्कृतीची ती आधारशिला ठरली.

■

११. 'ज्ञानदेवी'चा लेखनशक

संत ज्ञानेश्वरमहाराजांनी आपली गीताटीका *ज्ञानेश्वरी* अथवा *ज्ञानदेवी* शके १२१२ या वर्षी लिहिली अशी एक सार्वत्रिक, परंतु साधार समजूत आहे. या समजुतीला धरूनच शके १९१२मध्ये ज्ञानेश्वरीची सप्तशताब्दी साजरी करण्यात आली. मतभेद असतीलच, तर ते शके १२१२मधील तिथी–मासांसंबंधी आहेत. नागपूरचे डॉ. म. रा. जोशी आणि अहमदनगरचे श्री. सुरेश जोशी ज्ञानेश्वरी फाल्गुनात (वद्य एकादशीला) पूर्ण झाली असे मानतात. माझा कल ज्ञानेश्वरी १२१२च्या दिवाळीत लिहिली गेली, असे मानण्याकडे आहे.[1]

अलीकडे नागपूर विद्यापीठातील भाषाशास्त्राचे प्राध्यापक डॉ. सु. बा. कुलकर्णी यांनी मात्र १२१२ या रूढ शकाला आव्हान देऊन काही नवी प्रमेये मांडण्याचा प्रयत्न केलेला आहे. कुलकर्णी यांच्या प्रतिपादनातून अनेक धक्कादायक आणि उलथापालथ करणारे निष्कर्ष निष्पन्न होतात. त्यामुळे त्यांच्यासंबंधी स्वतंत्रपणे विचार करणे आवश्यक ठरते. कुलकर्णी यांचे तत्संबंधी लिखाण *नवभारत* (एप्रिल १९८९), *युगवाणी* (डिसेंबर १९८९) या नियतकालिकांमधून प्रसिद्ध झालेले आहे.

कुलकर्णी यांना ज्ञानदेवांचे आयुष्य म्हणजे एक कोडे वाटते. हे कोडे स्पष्ट करावे व उलगडावे, यासाठी त्यांनी नवीन मार्ग सुचवलेला आहे. त्यांच्या दृष्टीने ज्ञानदेवांच्या आयुष्याच्या कोड्यातील सर्वांत महत्त्वाचा भाग म्हणजे ज्ञानेश्वरीचा लेखनकाल हा होय. ज्ञानेश्वरीच्या बहुतेक हस्तलिखितांच्या शेवटी शके १२१२चा उल्लेख सापडतो आणि परंपराही तो मानते. तसेच परंपरेत अशीही समजूत आहे की, ज्ञानदेवांनी ज्ञानेश्वरी अगदी लहान वयात लिहिली. ज्ञानदेवांचा जन्म शके ११९३ किंवा ११९७ आहे.[2] आता इतक्या लहान वयात ज्ञानदेवांनी हा अलौकिक ग्रंथ

---

१. मोरे, सदानंद, 'ज्ञानेश्वरीची सप्तशताब्दी', *साप्ताहिक सकाळ*, पुणे, १८ मार्च १९८९

२. यासंबंधी माझे मत शके ११९७ पक्षाचे आहे. यासंबंधी माझा लेख 'ज्ञानेश्वर जन्मशक ११९७च' पाहा, दै. *विशाल सह्याद्री*, पुणे, ११ ऑक्टोबर १९७१

लिहिणे ही गोष्टच मुळी कुलकर्णी मजकुरांना अशक्य कोटीतील वाटते. ज्ञानेश्वरीचा प्रचलित लेखनकाल व ज्ञानदेवांचा प्रचलित जन्मकाल यांचा ज्ञानदेवांच्या एकूण आयुष्याशी मेळ घालता येणे कुलकर्णी यांना एक कोडे वाटते. या कोड्याची उकल करताना त्यांना ज्ञानदेवांचा जन्मशक ११२२ आणि निर्याणशक १२०२ असल्याचे सुचले. अशा प्रकारे ज्ञानदेवांना एकूण ऐंशी वर्षांचे ऐसपैस आयुष्य लाभले होते असे एकदा मानले की कोडे उलगडते, असे कुलकर्णी यांना वाटते. अर्थात त्यामुळे परंपरा मानते तो, म्हणजे १२१२ हा ज्ञानेश्वरीचा लेखनशक कोलमडून पडतो. १२०२ ही ज्ञानेश्वरीच्या लेखनाची उत्तरमर्यादा (upper limit) ठरते. तसेच ज्ञानेश्वरीत रामदेवराय यादवाचा राजा म्हणून उल्लेख आल्यामुळे रामदेवरायाचा राज्यारोहणशक ही ज्ञानेश्वरी लेखनाची पूर्वमर्यादा (lower limit) ठरते.

कुलकर्णी यांनी मांडलेल्या संशोधनाचा संबंध अनेक मुद्द्यांशी पोहोचतो, तेव्हा त्या एकेका मुद्द्याचा विचार करून कुलकर्णींचे निष्कर्ष कितपत बरोबर आहेत, हे तपासून पाहायला हवे.

पहिला मुद्दा परंपरा, ज्या ओवीच्या आधारे ज्ञानेश्वरीचा लेखनशक १२१२ मानते त्या ओवीशी संबद्ध आहे. सदर ओवी ज्ञानेश्वरीच्या बहुतेक पोथ्यांच्या शेवटी आढळते. ती येणेप्रमाणे –

शके बाराशे बारोत्तरे। तै टीका केली ज्ञानेश्वरे।

सच्चिदानंदबाबा आदरे। लेखकु जाला।।

या ओवीसंबंधी कुलकर्णींचे असे म्हणणे आहे, ही ओवी ज्ञानदेवांची नसून सच्चिदानंदबाबा नावाच्या उत्तरकालीन प्रतकाराची किंवा प्रतिलिपिकाराची आहे. तसेच १२१२ हा शकही ज्ञानेश्वरी लेखनाचा नसून सच्चिदानंदबाबांना उपलब्ध झालेल्या पोथीवरील प्रतलेखनाचा आहे. ज्ञानदेव स्वतःचा उल्लेख 'ज्ञानेश्वर' असा करत नाहीत. 'ज्ञानेश्वर' हा निर्देश एकनाथकालीन आहे, असेही कुलकर्णी म्हणतात.

वास्तविक ग्रंथकाराने आपल्या ग्रंथाचा मजकूर तोंडी सांगणे आणि तो कोणीतरी कागदावर उतरवून–लिहून घेणे, हा काही अपूर्व प्रकार नव्हे. व्यासांचे महाभारत गणपतीने लिहून घेतले ही पुराणकथा सोडा; परंतु क्षेमेंद्रासारख्या अकराव्या शतकात होऊन गेलेल्या ग्रंथकाराचीही हीच पद्धत होती. वारकरी परंपरेत तर चोखामेळ्यासारख्या अतिशूद्राचे अभंग एक ब्राह्मण लिहून घेतो. अर्थात कुलकर्णी यांना वारकरी परंपरेचे वावडे असेल, तर चोखामेळ्याच्या पुढेमागे होऊन गेलेली महानुभाव परंपरेतील एकसंदी प्रज्ञेची हिराइसा *लीळाचरित्राची* पोथी खालशाच्या धाडीत नष्ट झाल्यानंतर आख्खे *लीळाचरित्र* तोंडी सांगते आणि पाटकुळे मालोबास

लिहून घेतात याची नोंद त्यांनी घ्यावी. लेखक म्हणजे तोंडी सांगितला गेलेला मजकूर लिहून घेणारा नसून प्रतिलिपी करणारा असे जेव्हा कुलकर्णी म्हणतात, तेव्हा एक साधा प्रश्न विचारावासा वाटतो. तोंडी सांगायचे आणि (कोणीतरी) लिहून घ्यायचे असा व्यवहार जर सार्वत्रिक होता, तर अशा लिहून घेणाऱ्या व्यक्तीसाठी कोणती संज्ञा प्रचलित होती?

ज्ञानदेव स्वतःचा उल्लेख 'ज्ञानेश्वर' असा करत नाहीत हे खरे आहे; पण तेवढ्यावरून 'ज्ञानेश्वर' हा उल्लेख एकनाथकालीन आहे आणि म्हणून सच्चिदानंदबाबाही एकनाथकालीन किंवा एकनाथोत्तरकालीन ठरतात, असे म्हणता येत नाही. ज्ञानदेवांनी आपल्या स्वतःचा उल्लेख 'ज्ञानदेव' असा केलेला आहे, म्हणून तत्कालीन इतर सर्वांनीच त्यांचा उल्लेख तसाच करायला हवा, असे बंधन कुलकर्णी कसे काय घालू शकतात? चक्रधर स्वतःचा उल्लेख करताना 'हे', 'एथ', 'एथौनी' अशा शब्दांचा प्रयोग करत. कोणी त्यांना 'स्वामी' म्हणे, कोणी 'गोसावी' म्हणे. अगदी परवाचे उदाहरण घ्यायचे झाले तर टिळकांचे समकालीन त्यांचा उल्लेख कसा करत हे एकदा पाहावे.

ज्ञानदेव आणि सच्चिदानंदबाबा यांच्यामध्ये जितका जास्त काळ घालवता येईल, तितका तो कुलकर्णी यांना हवा आहे. त्यांचे असे मत आहे की, सच्चिदानंदबाबा या एकनाथकालीन (किंवा कदाचित एकनाथोत्तर) गृहस्थाने, शके १२०२पूर्वी लिहिल्या गेलेल्या ज्ञानेश्वरीच्या शके १२१२मध्ये नकललेल्या प्रतीची नक्कल केली आणि १२१२ हा वास्तविक ज्ञानेश्वरीच्या नकलेचा काळ असताना गैरसमजाने तोच ज्ञानेश्वरीचा लेखनकाळ आहे असे समजून उपरोक्त ओवी रचली. सच्चिदानंदबाबांचा अशा प्रकारे एवढा मोठा घोटाळा व्हायचा असेल, तर ज्ञानदेवांच्यात आणि त्यांच्यात तितकेच मोठे अंतर पाहिजे.

कुलकर्णी म्हणतात त्याप्रमाणे १२१२ हा सच्चिदानंदबाबांना उपलब्ध झालेल्या ज्ञानेश्वरीच्या पोथीचा शक असेल व १२१२ची ही पोथी ज्ञानेश्वरीची प्रतिलिपी असेल, तर त्याचा अर्थ असा होतो की, १२१२मध्ये ज्ञानेश्वरीची पोथी नकलणाऱ्यांनी फक्त आपल्या प्रतिलेखनाचा काल नोंदवला. स्वतःचे नाव प्रतिलेखक म्हणून नोंदवले नाही, किंबहुना त्यामुळेच पुढे सच्चिदानंदबाबांचा घोटाळा झाला.

खरे म्हणजे जो लेखक प्रतिलिपीचे वर्ष नोंदवतो, तो स्वतःच्या नावाचा उल्लेख करायला सहसा विसरत नाही. उपरोक्त ओवीचा कुलकर्णी यांनी लावलेला अन्वयार्थ मानला तर असे निष्पन्न होते की, शके १२१२मध्ये प्रतिलेखन करणाऱ्याने स्वतःचा नामोल्लेख टाळला. याउलट नंतर बऱ्याच वर्षांनी १२१२च्या या प्रतीची नक्कल

करताना सच्चिदानंदबाबांनी आपले नाव घातले, परंतु आपल्या प्रतिलेखनाचा शक टाकायला स्वारी विसरली आणि ज्ञानेश्वरीच्या मूळ प्रतीत ना प्रतिलेखकाचे नाव होते, ना शकाची नोंद. थोडक्यात, वेगवेगळ्या काळी होऊन गेलेल्या या वेगवेगळ्या मंडळींनी मिळून उत्तरकालीनांना कोड्यात टाकायचा जणू काही कटच केला होता. पण बिचाऱ्यांना काय ठाऊक की, विसाव्या शतकातील भाषाशास्त्राचे एक प्राध्यापक त्यांचा हा डाव उधळून लावणार आहेत!

ओवीसंबंधी एक गोष्ट अशी सांगता येते की, सामान्यपणे प्रत्येक ओवी ही स्वयमेव एक 'युनिट' असते. तिच्यात एक अर्थसंगती असते. त्यामुळे एका ओवीत एकच विषय येतो. (अर्थात एकच विषय एकापेक्षा अधिक ओव्यांमध्ये येऊ शकतो.) त्यामुळे तिची मोडतोड करण्याची गरज नसते. कुलकर्णी उपरोक्त 'शके बाराशे बारोत्तरे' ही ओवी मोडून तिचे दोन भाग करतात. पहिल्या भागात सच्चिदानंदबाबा ज्ञानेश्वरी लेखनाचा (अर्थात कुलकर्णींच्या मताप्रमाणे ज्ञानेश्वरीच्या रचनेचा नव्हे, तर प्रतिलेखनाचा) शक सांगतात आणि दुसऱ्या भागात या (१२१२च्या) प्रतीची आपण आदराने नक्कल केली असल्याचे नमूद करतात. ओवीची अशा प्रकारे मोडतोड करणे अनैसर्गिक आहे. माझ्या मते 'बाराशे बारोत्तरे' या ओवीच्या पहिल्या चरणाची व्याप्ती तिच्या शेवटच्या चरणापर्यंत आहे. ज्ञानेश्वरांनी टीका करण्याचा आणि सच्चिदानंदबाबांनी लेखन करण्याचा शक एकच म्हणजे १२१२ आहे, असा या ओळीचा सरळ अर्थ होतो. याशिवाय डॉ. म. रा. जोशी यांच्याकडील एका ज्ञानेश्वरीत सच्चिदानंदाबाबांचा उल्लेख नसणारी, पण ज्ञानेश्वरी १२१२मध्ये लिहिली गेली, हे सांगणारी एक ओवी आहे. ती अशी –

शके बाराशे बारोत्तरे। तै टीका केली ज्ञानेश्वरी।
शालिवाहन संवत्सरी। सकलशास्त्री संवादु।।

या ओवीवरूनही ज्ञानेश्वरी १२१२मध्ये लिहिली गेली, असेच निष्पन्न होत नाही काय?

सच्चिदानंदबाबा हे एकनाथपूर्वकालीन होते, हे स्वतः एकनाथांच्याच ओवीवरून सूचित होते. एकनाथ म्हणतात –

शके पंधराशे साहोत्तरी। तारण नाम संवत्सरी।
एका जनार्दने अत्यादरी। गीता ज्ञानेश्वरी प्रती शुद्ध केली।।

या ओवीमधील 'अत्यादरी या पदाच्या मागे सच्चिदानंदबाबांच्या 'आदरे' या पदाची पार्श्वभूमी असली पाहिजे हे स्पष्ट आहे.[३]

३. शके १६३२मध्ये ज्ञानेश्वरीची आरती लिहिणारे गोपाळाश्रम 'सच्चिदानंदबाबा सिंधु। संगम झाला

महाराष्ट्रातील जुलमी इस्लामी राजवटीमुळे ज्ञानदेव–नामदेव यांच्या कालखंडानंतर महाराष्ट्रीयांच्या जीवनात इतकी घालमेल आणि उलथापालथ झाली की, हे उभय संत विस्मृतीच्या गर्तेत विसर्जित झाले. मूळ ज्ञानेश्वरीची लीळाचरित्राप्रमाणे वाताहत झाली असे विवेचन, कुलकर्णी त्याला अगदी प्रस्थापित सिद्धान्ताचा दर्जा प्राप्त झालेला आहे, अशा थाटाने करतात. वास्तविक ही तुलना अगदीच चुकीची आहे. महानुभावपंथीयांकडे गुरुकुलात लीळाचरित्राची एक आणि फक्त एकच पोथी होती व ती खालसेयाच्या धाडीत नष्ट झाली. परंतु एकसंदी प्रज्ञेच्या हिराइसेला लीळाचरित्राचा घोक असल्याने तिने लीळाचरित्राची पुन:स्थापना केली, असे महानुभावीय परंपराच सांगते. लीळाचरित्राप्रमाणे ज्ञानेश्वरीचीही एकुलती एक पोथी अस्तित्वात होती व ती नाहीशी झाली वा तिची वाताहत झाली, असे म्हणायला काय आधार आहे?

खरे म्हणजे कुलकर्णींची ही शुद्ध दडपेगिरी आहे. इस्लामी अत्याचार गृहीत धरूनच महाराष्ट्रातील सांस्कृतिक–धार्मिक जीवन ठप्प झाले होते, असे दर्शवणारा कोणताही पुरावा उपलब्ध नाही. किंबहुना असे काही होऊ शकते असे मानणे हेच मुळी समाजव्यवस्थेच्या व सामाजिक घडामोडींच्या अपुऱ्या आकलनाचे द्योतक आहे. जी गोष्ट हजारो वर्षे देशोधडीला लागलेल्या ज्यूंच्याबाबत घडू शकली नाही, ती मराठी माणसाच्या संदर्भात शे–दोनशे वर्षांत घडली, इतकी काही मराठी संस्कृती शेणामातीची बनलेली नाही.

एकनाथांना ज्ञानेश्वरीची अस्सल प्रत मिळालेली नव्हती असे मानले तरीही, त्याचा अर्थ ज्ञानेश्वरीची वाताहत झाली, असा होत नाही. कुलकर्णींना एकनाथांच्या ज्ञानेश्वरीशुद्धीचे स्वरूपच समजलेले दिसत नाही. एखाद्या ग्रंथात पाठांतरे अथवा अबद्ध पाठ शिरून तो अबद्ध झाला, याचा अर्थ त्याची वाताहत झाली किंवा तो विस्मृतीच्या गर्तेत गेला, असा होत नाही. उलट तो लोकप्रिय झाला, त्याच्या अनेक प्रती निर्माण झाल्या, त्याचा सर्वत्र प्रसार झाला व या सर्व प्रक्रियेत त्याच्यात अपपाठ शिरले, असा त्याचा अर्थ होतो. ज्ञानेश्वरीच काय, पण ज्ञानदेवांचे अन्य वाङ्मयही एकनाथपूर्व काळात लोप पावले नव्हते. शके १५००पूर्वीची *चांगदेवपासष्टी*ची एक संस्कृत समश्लोकी उपलब्ध आहे. तिच्यावर शके १५००च्या सुमारास कोण्या शिशुकृष्णाने संस्कृत भाष्यही लिहिलेले होते. इतकेच नव्हे, तर हा लेखक ज्ञानदेवांच्या मूळ ओव्यांचे सोप्या मराठीत रूपांतरही करतो. *चांगदेवपासष्टीरहस्य* हे

सोहंबोधु।' असे लिहितात. परंतु सर्वांत महत्त्वाची गोष्ट अशी की, सर्वच एकनाथी प्रतित *शके बाराशे बारोत्तर।* ही ओवी एकनाथांच्या शुद्धीकरणाच्या ओव्यांच्या अगोदर येते. ही गोष्ट सच्चिदानंदबाबांचे एकनाथपूर्वकालीनत्व सिद्ध करण्यास पुरेशी आहे.

या टीकेचे नाव. या टीकेत मूळ ओव्यांना सूत्रे म्हणण्यात आले असून त्यांचे विवेचन करताना संस्कृत शास्त्रवचनेही उद्‌धृत आहेत. आता याला जर वाताहत म्हणायचे असेल, तर ज्ञानदेवांचीच भाषा वापरून 'न्याया भरले रान' असे म्हणावे लागेल.

ज्ञानेश्वरीच्या लेखनकालाबद्दल थोडे विवेचन करून झाल्यानंतर आता ज्ञानदेवांच्या जन्मशक आणि समाधीशक यांच्याबद्दलच्या कुलकर्णी यांच्या मतांचे परीक्षण करू. या संदर्भात डॉक्टरांनी अनेक घोटाळे करून ठेवले आहेत. ते लिहितात– ''उद्‌बोधनाथांच्या एका ओवीत ज्ञानदेवांचे निर्वाण दुर्मुख संवत्सरात झाले अशा अर्थाचा उल्लेख येतो. दुर्मुख संवत्सर शके १२१८ मध्ये येते. म्हणजे १२१८ ज्ञानदेवांचा निर्वाणशक ठरला.'' जणू काही ज्ञानदेवांचा निर्वाणशक १२१८ आहे, हे उद्‌बोधनाथांच्या एकाच ओवीवरून ठरले! परंतु वस्तुस्थिती अशी आहे की, या शकाची ग्वाही देणारे विसोबा खेचर, नामदेव, जनाबाई आणि चोखामेळा यांचेही अभंग उपलब्ध आहेत.

ज्ञानदेवांच्या आयुष्याच्या कालमर्यादेसंबंधी आंधळी कोशिंबिरीचा खेळ गेली अनेक शतके चालू असल्याचे कुलकर्णी लिहितात. या खेळाचा मुख्य आधार म्हणजे ज्ञानदेवांचाच बालछंद हा अभंग आणि आता याच अभंगाच्या आधारे कुलकर्णी खो–खोचा खेळ खेळत आहेत. बालछंद या अभंगाची शेवटची दोन कडवी अशी –

ज्ञानदेवे घेतले दान। हृदयी धरोनिया ध्यान।
समाधी बैसला निर्वाण। कथाकीर्तन करीत।।
बालछंदे बावीस जन्मे। तुटली भवाब्धीची कर्मे।।
चंद्रार्क तारांगणे। रश्मी दान घेतला हरी।।

ज्ञानदेवांच्या अर्वाचीन चरित्रकारांनी 'बावीस जन्मे'चा अर्थ बावीस वर्षे घेतला तो चूक आहे, असे सांगून कुलकर्णी म्हणतात की, ''या अभंगातील शेवटच्या चौकात ज्ञानदेवांचा जन्म (शके अकराशे) 'बावीस'मध्ये झाल्याचे कथन आहे. यातील 'शके अकराशे' हा भाग अध्याहृत आहे. अर्वाचीन चरित्रकारांनी 'बावीस जन्मे' याचा अर्थ बावीस वर्षे घेतला तो जसा चुकीचा आहे, तसाच कुलकर्णींचा शके ११२२ हा कालगणनात्मक अर्थही चुकीचा आहे. या ठिकाणी 'बावीस जन्मे' याचा अर्थ शब्दश: बावीस जन्म हाच घ्यायला हवा. वारकरी परंपरेत तो असाच घेतला जातो. संत तुकाराममहाराजांच्या शिष्या बहिणाबाई यांनी आपल्या 'मागणे' या अभंगात हाच अर्थ स्पष्ट केला आहे. त्या म्हणतात –

मागणे मागता ज्ञानदेव क्लेश। पावला बावीस जन्म झाले।।

परी तुझे मन देईन न म्हणे। बहुत बळे तेणे उगविले।।[४]

'बावीस' हा जन्मशक सांगणारा निर्देश नाही हे एकदा ठरल्यावर पुढे 'चंद्रार्क तारांगणे रश्मी' या शब्दांचाही समाधीशकात्मक अर्थ घेण्याची आवश्यकता राहत नाही. चंद्रार्क = २, तारांगण = ०, रश्मी = १२ असा अर्थ लावून आणि 'अंकानाम् वामतो गती' या पद्धतीने कुलकर्णींना १२०२ ही संख्या मिळते व त्यानुसार ज्ञानदेवांचा जन्म शके ११२२मध्ये झाला आणि शके १२०२मध्ये त्यांनी समाधी घेतली, असे तात्पर्य काढून ते मोकळे होतात. अशा प्रकारे ज्ञानदेवांना ऐंशी वर्षांपर्यंत 'एक्सटेन्शन' दिल्यामुळे ज्ञानदेवांच्या आयुष्यातील अनेक कोडी फटाफट सुटतात, असे ते जाहीर करतात.

उपरोक्त बालछंद अभंगाचा अर्थ लावताना एकतर अभंग सांकेतिक कालगणनात्मक नसताना तो तसा आहे असे समजण्यात कुलकर्णींनी पहिली चूक तर केलीच; परंतु हा अर्थ लावताना तो चुकीचा लावला ही त्यांची दुसरी चूक! कालसंकेतांना काहीएक निश्चित असा सर्वसंमत अर्थ प्राप्त झालेला असतो, तो आपल्या लहरीनुसार हवा तसा, हवा तेथे बदलता येत नाही. एका संकेताचा वा त्याच्या पर्यायाचा एकच एक अंकार्थ धरावा लागतो. त्यात संकर चालत नाही. परंपरेत जे संकेत चालत आलेले आहेत त्यातील सूर्य किंवा अर्क याचा अर्थ बारा होतो. 'चंद्रार्क' या शब्दप्रयोगातही अर्क याचा अर्थ तोच घ्यायला हवा. नाहीतर एकाच संदर्भात एके ठिकाणी सूर्य म्हणजे एक (चंद्रार्कमध्ये) दुसऱ्या ठिकाणी (रश्मी) बारा असे म्हणावे लागते आणि संकेतांमधील सारी सुसंगतीच नाहीशी होते.

जन्मशक प्रत्यक्षपणे म्हणजे (अकराशे) बावीस आणि समाधीशक संकेतांनी सांगून भागत नाही, म्हणून की काय कुलकर्णींनी याच बालछंद अभंगातून ऐंशी वर्षे ही ज्ञानदेवांची आयुष्यमर्यादा तिसऱ्याच एका म्हणजे आर्यभटीय पद्धतीने काढून दाखवली आहे. प्रस्तुत अभंगाच्या पाचव्या चौकात –

सात पाच तीन मेळा। पा नेघे तत्त्वांचा सोहळा।

असा चरण आहे. त्यातील सातपाच = ५७ त्यामध्ये तीन आणि 'पा' मिळवले म्हणजे २१ ही संख्या आर्यभटीय पद्धतीने निष्पन्न होते. या पद्धतीत 'प'चे आधारमूल्य २१ आहे. त्याला 'आ'ने म्हणजे १ ने गुणल्यास २१ अंक प्राप्त होतो. म्हणजे ५७ + ३ + २१ = ८१. थोडक्यात, ज्ञानदेवांनी ऐक्याऐंशीव्या वर्षी समाधी घेतली.

---

४.   *संत बहिणाबाईंची गाथा*, सं. सौ. शालिनी अनंत जावडेकर, कॉन्टिनेन्टल प्रकाशन, पुणे १९७९,
     अभंग क्र. ५१०.

आर्यभटीय पद्धतीने ८१ हा आकडा काढताना कुलकर्णींना बरीच कसरत करावी लागलेली आहे. विशेषत: 'पा' या शब्दाशी त्यांनी केलेला खेळ तर अपूर्व आहे. काही संपादकांनी 'पा'चा अर्थ टाळला, तर काहींनी 'पा'ऐवजी 'या' असा शब्द घेतला. काहींनी तो शब्दच उडवून लावला. असा पूर्वसूरींच्या अर्थांचा पंचनामाही करायला कुलकर्णी विसरले नाहीत. वास्तविक 'पा' हा संबोधनात्मक शब्द प्राचीन मराठीत अनेकदा येत असतो. उदाहरणार्थ,

पाहे पा दुभतियाचिया आशा। जगची धेनूसि करीताहे फासा।[५]

'पा' हा (प् आ = २१ × १ = २१) आर्यभटीय संकेत नाही. त्याप्रमाणे सात पाच तीन हेदेखील आर्यभटीय संकेत नाहीत. ज्ञानदेवांच्या वाङ्मयाचा त्याचप्रमाणे पंचीकरणादी वेदान्ती प्रक्रियांचा थोडासुद्धा परिचय असलेला अभ्यासक सांगेल की, येथे मानवी देहाच्या रचनेबद्दल सांगितले आहे. जसे हरिपाठात –

सात पाच तीन दशकांचा मेळा। एकतत्त्वी कळा दावी हरी।।

असे म्हटले आहे. तसेच येथेही दशक अध्याहृत ठेवून वा गृहीत धरून म्हटले आहे.

जन्मशक सरळपणे, समाधीशक एका संकेतपद्धतीने आणि आयुष्यमर्यादा दुसऱ्या संकेतपद्धतीने! एकंदरीत कुलकर्णींचे ज्ञानदेव वैदिक कालातील देव आणि ऋषी यांच्याहीपेक्षा भलतेच 'परोक्षप्रेमी' दिसतात. खरे म्हणजे ते वराहमिहीर, आर्यभट, दैवज्ञ गणेश पंडित किंवा शं. बा. दीक्षित यांच्याप्रमाणे ज्योतिर्गणितीच व्हायचे. उगीचच निवृत्तिनाथांनी त्यांना अध्यात्मात ओढले!

बालछंदाचा अर्थ नीट उलगडण्यासाठी कुलकर्णी जिचा उल्लेख अत्यंत तुच्छतेने करतात, त्या परंपरेची माहिती असणे गरजेचे आहे. बालछंद व त्याच्याशी साम्य असलेले बालसंतोष ही रूपके संतवाङ्मयात येतात. बालसंतोष हा भिक्षेकरी जुनेपुराणे कपडे मागतो. बालसंतोषांचा हा भाग बालछंदात आलेला आहे. ज्ञानदेव ईश्वराकडे मानवदेहरूप वस्त्र मागत नाहीत, ते याच देहात अमरत्व मागतात व ते त्यांना मिळतेही. अर्थात हे त्यांनी संकेतांद्वारे व्यक्त केलेले आहे. परंतु हे संकेत कुलकर्णी म्हणतात त्याप्रमाणे कालगणनात्मक नसून कालातीतता व्यक्त करणारे आहेत.

'यावच्चंद्रदिवाकरौ' हा शब्दप्रयोग आपल्या चांगल्याच परिचयाचा आहे (त्यात कै. स. का. पाटील व आचार्य अत्रे यांचा मोठा वाटा!) हा संकेत तसा चांगला जुना आहे.

जो आचारविचारे भंगला। तो कर्मचांडाळ जाला।

---

५. *ज्ञानेश्वरी*, ७.१२०.

तो रौरवी पडला। चंद्रार्कवरी।

ही जनीजनार्दनांची ओवी या संदर्भात उदाहरण म्हणून घेता येईल. बालछंद अभंगात ज्ञानदेव संजीवन समाधी म्हणजे चंद्रसूर्य असेपर्यंत आयुष्य मागतात. आपल्या इतर अभंगांमधूनही ज्ञानदेवांनी हे व्यक्त केलेले आहे. उदाहरणार्थ, 'गळती' हे त्यांचे आणखी एक रूपक पाहा –

निवृत्ति सखा माझा दीनदयाळु श्रीगुरु।
अलंकापुरी स्थापियेले दिधला विठ्ठल उच्चारू।
समाधान जीवन माझे वरी अजान वृक्ष तरु।
जंववरी चंद्रसूर्य तंववरी कीर्तिघट स्थिरु।।

नामदेवांच्या अभंगांतून याच कल्पनेचे प्रतिबिंब पडलेले दिसते.

देव म्हणे ज्ञानेश्वरा। चंद्रसूर्य जंव दिनकरा।
तंव तुझी समाधी स्थिरा। राहो रे निरंतर।।
जंववरी क्षितिमंडळ। जंववरी हे समुद्रजळ।
मन कल्पक्षयी यथाकाळ। माझे ह्रदयी ठसावे।।

किंवा

म्हणे विठोजी जंववरी धरा। तंववरी समाधी स्थिरा।
हरिकीर्तन करित सैरा। वंशपरंपरा उद्धरील।।

(ज्ञानदेवांची समाधी ही योग्याची समाधी नसून 'हरिकीर्तन करणारी स्वैर समाधी' आहे हे लक्षात ठेवले पाहिजे; पण हा वेगळा मुद्दा झाला.)

बालछंद अभंगात 'चंद्रार्क तारांगणे रश्मी' हा जो उल्लेख आहे, त्यातील चंद्रार्क कालातीतता व्यक्त करणारी मुख्य कल्पना असून तिचा 'चंद्रार्क तारांगणे रश्मी' हा काव्यात्मक विस्तार आहे. ज्ञानदेवांच्या वाङ्मयाचा ज्याला परिचय आहे त्याला हे सहज समजेल. चंद्रतारांगणे व अर्करश्मी हा या विस्तारित कल्पनेचा अन्वय आहे. चंद्र आणि तारांगणे तसेच अर्क आणि रश्मी यांच्यातील साहचर्य ज्ञानदेवांनी वारंवार सांगितले आहे. उदाहरणार्थ –

चंद्राचिया दोंदावरी। होतसे चांदण्याची विखुरी।

अमृतानुभव (वा. दा. गोखले, ५६)

चांदणे स्वप्रकाशाचे। लेइला द्वैत दुणीचे। अमृतानुभव (गोखले, ८९)

हे बोलोनि कृपावंतु। म्हणे विष्णु मी आदित्यांतु।
रवी मी रश्मीवंतु। सुप्रभामाजी।। (*ज्ञानेश्वरी*, १०.२२१)

चंद्र तेथे चंद्रिका। (*ज्ञानेश्वरी*, १९.१६३२) इत्यादी

(तसेच तारांगणे ही कल्पना कुलकर्णी मानतात त्याप्रमाणे शून्यवाचक नाही. तिचा अंकसंकेतात्मक अर्थ घ्यावयाचा झाला, तर तो गगन म्हणजे शून्यवाची न घेता नक्षत्रवाचक म्हणजे २७ घ्यायला हवा.)

डॉ. कुलकर्णी नामदेवगाथेचे प्रामाण्य मानायला तयार नाहीत. त्यांची यासंबंधीची मते पुढीलप्रमाणे – (१) नामदेवांच्या गाथेतील तीर्थावळी व समाधिसोहळ्याची वर्णने विष्णुदास नामा व शिंपी नामा या दोन उत्तरकालीन संतांची आहेत. (२) तीर्थावळीचे कवित्व परसा भागवताचे असावे असे वाटते. (१ आणि २ ही विधाने *नवभारत*मधील आहेत. त्यांच्यातील विसंगतीची नोंद घ्यावी.) (३) नामदेवगाथा म्हणजे झाडून साऱ्या प्राचीन व अर्वाचीन नामदेवांच्या काव्यांची खमंग खिचडी होय. यात आद्य नामदेव, विष्णुदास नामा, नामा पाठक, शिंपी नामा आणि अन्य अनेक तोतये नामदेव यांच्या काव्यांचा समावेश आहे (*नवभारत*). (४) नामदेवगाथेत प्रामुख्याने आद्य नामदेव, विष्णुदास नामा व शिंपी नामा या तीन वेगवेगळ्या कालखंडांत होऊन गेलेल्या नामदेवांचे काव्य व्यामिश्रित झालेले आहे (*युगवाणी*).

नामदेवगाथेची चिकित्सा करण्याचे हे स्थळ नाही व ती करण्याचे येथे कारणही नाही. येथे संबंध पोहोचतो तो नामदेवकृत आदी, समाधी आणि तीर्थावळी या प्रकरणांशी, कारण त्यांचा विषय प्रत्यक्षाप्रत्यक्षपणे ज्ञानदेव चरित्र हाच आहे.

नामदेवगाथेत प्रक्षेप नाहीत असे कोणीच म्हणणार नाही ; परंतु येथे प्रश्न अगदी वेगळा आहे. नामदेवगाथेतील ज्ञानदेवचरित्रविषयक अभंग जास्तीतजास्त किती मागे आणि किती पुढे नेता येतात, हा तो प्रश्न आहे. कुलकर्णींच्या म्हणण्याप्रमाणे नामदेवगाथेतील प्रक्षेपांची अलीकडील मर्यादा एकोणिसावे शतक ही आहे. सुदैवाने उपरोक्त अभंग ते एकोणिसाव्या शतकातील समजत नाहीत!

नामदेवांचे ज्ञानदेवचरित्रविषयक अभंग हे शिंपी नामाचे निश्चितच नव्हते, कारण शिंपी नामा तुकारामचरित्र लिहितो आणि नामदेवांचे सदर अभंग जगनाडीसंहितेत समाविष्ट आहेत. या मुद्द्याचे थोडे स्पष्टीकरण करायला हवे.

नामदेव आणि तुकाराम यांच्यामधील संबंधाला वारकरी परंपरेत अनन्यसाधारण महत्त्व आहे. नामदेवांपासून तुकोबांनी अभंगरचनेची स्फूर्ती घेतली. तुकोबांवरील नामदेवांचा प्रभाव स्पष्ट आहे. परंतु ही स्फूर्ती म्हणजे काही अचानक किंवा योगायोगाने घडून आलेला चमत्कार नव्हता. तुकोबांनी नामदेवांच्या अभंगांचे मनन–चिंतन केले ; इतकेच नव्हे, तर पाठांतरही केले होते. *काही पाठ केली संतांची उत्तरे* या त्यांच्या आत्मनिवेदनातील प्रमुख संत अर्थातच नामदेव होते. हे पाठांतर करताना तुकोबांनी नामदेवांचे कितीतरी अभंग लिहून काढले किंवा त्यांच्या पोथ्या मिळवून त्यांचा संग्रह

केला. नेल्सनने तुकोबांचे म्हणून जे हस्ताक्षर दिलेले आहे, तो तुकोबांनी नामदेवांचा उतरवून घेतलेला अभंग आहे.

तुकारामांचे टाळकरी व लेखक संताजी तेली जगनाडे व नंतर त्यांचा मुलगा बाळोजी यांनी तुकाराममहाराजांच्या अभंगांची जी संहिता सिद्ध केली तिला 'जगनाडीसंहिता' म्हणतात. विशेष म्हणजे या संहितेत इतर संतांच्याही अभंगांचा समावेश आहे. नामदेवांचे ज्ञानदेवचरित्रविषयक अभंगही या संहितेत आहेत. ही संहिता देहू येथील स्वत: तुकारामांच्या संग्रहातील वह्यांवरून सिद्ध केलेली असणार, हे वेगळे सांगायची गरज नाही. (नामदेवगाथेच्या एकाही संपादकाने या संहितेचा उपयोग करून घेतला नाही, ही खेदाची गोष्ट!) मुद्दा एवढाच आहे की, स्वत: तुकाराममहाराजही या अभंगांचे प्रामाण्य मानत होते. तुकारामचरित्र लिहिणाऱ्या नामा शिंप्याचे अभंग जगनाडीसंहितेत येऊ शकत नाहीत, हे आता वेगळे सांगण्याची गरज नाही. तुकारामबुवा हे काही सु. बा. कुलकर्ण्यांप्रमाणे संशोधक नव्हते असे कदाचित कुलकर्णीच म्हणतील; पण प्रत्येक नाणे पारखून घेणारे व दंतकथांना थारा न देणारे असे ते चिकित्सक बुद्धिवादी होते, हे विसरता कामा नये. हे मुद्दाम सांगण्याची गरज अशी की, शिंपी नामाबद्दल काही युक्तिवाद करता आला नाही तरी, कुलकर्णी विष्णुदास नामाची सोंगटी पुढे करून परत एकदा नामदेवगाथेच्या प्रामाण्याला शह देतीलच. विष्णुदास नामा हा मराठी साहित्यातील यक्षप्रश्न असल्याचे म्हटले जाते.[६] नामदेव अनेक होऊन गेले यात संशय नाही; पण मुळात विष्णुदास नामाच अनेक होते आणि स्वत: नामदेव हेच आद्य विष्णुदास नामा होते, हे लक्षात ठेवले पाहिजे. *स्मृतिस्थळ* या महानुभावीय ग्रंथात आलेल्या एका स्मृतीत विष्णुदास नामा असा उल्लेख आहे, तो नामदेवांचाच होय. अशा परिस्थितीत विष्णुदास नामा या मुद्द्याचे वारंवार भांडवल केले जाऊ नये.

शेवटी 'समाधी'सारखी नामदेवांची मानली जाणारी प्रकरणे कोणाचीही असोत, ज्ञानदेवचरित्राचे ते सर्वांत प्राचीन साधन आहे, त्यांना कोणी कादंबरी म्हणत असले तरीही, ती सर्वांत प्राचीन कादंबरी ठरते, हे विसरता कामा नये. कुलकर्णी ज्यांचा आधार घेतात त्या तुका विप्र किंवा बाळाबोवा ज्ञानेश्वरी यांच्याहीपेक्षा ती प्राचीन व म्हणून अधिक विश्वसनीय आहे. अर्थात प्रामाण्याच्या बाबतीतली कुलकर्णींची भूमिका अगदी निसरडी आहे. मधूनच ते लोकश्रुतींचाही आधार घेतात.

ज्ञानदेवांचा प्रचलित काल हाच बरोबर आहे, हे दाखवणारा एक भावात्मक पुरावा

---

६.   पारखे, न. वि. *विष्णुदास नामा : मराठी साहित्यातील यक्षप्रश्न*, पुणे, डिसेंबर १९६३

उपलब्ध आहे. कै. ग. ह. खरे आणि डॉ. देवीसिंग चौहान हे संशोधक काशीला गेले असता त्यांना तेथील ज्ञानेश्वर मठाच्या अंगणात सात फूट उंचीचा एक शिलास्तंभ आढळून आला. त्या स्तंभाच्या वरच्या टोकास 'सं. १३५१' आणि त्याच्या पाच– सहा इंच खाली 'ज्ञानोबा' असा शब्द कोरलेला आहे. १३५१ संवत म्हणजे शक १२१६. यावरून असे सिद्ध होते की, परंपरा मानते त्याप्रमाणे ज्ञानदेवांची तीर्थयात्रा ज्ञानेश्वरीच्या लेखनानंतर म्हणजे १२१२नंतर पार पडली. या यात्रेच्या स्मरणार्थ कोणीतरी काशी येथे स्तंभ उभारला.[७]

''एकनाथांनी ज्ञानेश्वरीचे शुद्धीकरण केले, ज्ञानदेवांच्या समाधीचा जीर्णोद्धार केला, अन्य प्राचीन संतांच्या समाध्यांच्या जीर्णोद्धारास चालना दिली, परंतु ज्ञानेश्वरचरित्र मात्र लिहिले नाही, असे का व्हावे?'' असा प्रश्न कुलकर्णी उपस्थित करतात आणि ''याला कारण एकच, म्हणजे त्यांना ज्ञानदेवचरित्र ज्ञात नव्हते'', असे एकतर्फी उत्तरही देतात. ही मोठी अजब पद्धत आहे. पण त्यांच्या पद्धतीचा उपयोग करून असेही विचारता येते की, एकनाथांनी नामदेवचरित्र लिहिले आहे असे का व्हावे? आणि त्यांच्याच पद्धतीने असे उत्तर देता येते की, त्यांना नामदेवचरित्र ज्ञात होते.

वास्तविक ज्ञानदेव–नामदेवांविषयीचा कुलकर्णींचा वाताहतवादी सिद्धान्त चुकीचा आहे, हे अगोदरच सांगितले आहे. हे संत विस्मृतीच्या गर्तेत गेले, असे मानणेच चूक आहे. उलट या संतांच्या स्मृतीनेच प्रतिकूल काळात महाराष्ट्राने आपली संस्कृती जिवंत ठेवली. प्रत्येक वर्षी आषाढ महिन्यात पंढरपुरी एकत्र येऊन सर्व संतांच्या स्मृतींना उजाळा देण्याची विलक्षण अशी अविच्छिन्न परंपरा वारकरी संप्रदायाने टिकवली आहे, याचे भान कुलकर्णींनी ठेवायला हवे होते. परंतु परंपरा म्हणजे अडाण्यांची, इतर संशोधक म्हणजे सोमेगोमे अशा ज्यांच्या भरमसाट कल्पना आहेत, ते असे भान ठेवतीलच कसे? एकनाथांच्याही अगोदर त्यांचे पूर्वज भानुदास हे ज्ञानदेव, नामदेव, कूर्मदास, सावता माळी यांच्या कथा सांगतात. याचा अर्थ फक्त एवढाच होतो की, विस्मृतीची गर्ता ही कधीही अस्तित्वात नव्हती. कुलकर्ण्यांसारखे संशोधक मात्र आपले आपणच वितर्काच्या भोवऱ्यात गुरफटून गटांगळ्या खात आहेत; आणि उलट जग अज्ञानाच्या डोहात बुडते आहे, अशी हाकाटी करून आपणच त्याचे उद्धारक असल्याचा आव आणत आहेत. एकनाथांनी ज्ञानदेवांच्या समाधीचा जीर्णोद्धार केला म्हणून ज्ञानदेवांना महाराष्ट्र विसरला होता, असे म्हणणे म्हणजे गेल्या

---

७. चौहान देवीसिंग, *ज्ञानोबाची काशीयात्रा शक १२१६*, दक्खिनी हिंदीतील इतिहास व इतर लेख

शतकात रायगडावरील शिवाजीमहाराजांच्या समाधीचा जीर्णोद्धार करण्यात आला म्हणून शिवाजीमहाराजांना महाराष्ट्र विसरला होता, असे म्हणण्यासारखेच आहे.

अभंगवाङ्मय हे मौखिक परंपरेने संक्रांत होत गेल्याने त्यातील पुराण वा आर्ष प्रयोगांचे अर्वाचिनीकरण झाले, असा एक सर्वसाधारण समज आहे. त्याबद्दल हे धादांत असत्य आहे, असा एकटाकी शेरा मारून कुलकर्णी मोकळे होतात. त्यासंबंधी कोणताही युक्तिवाद करण्याची त्यांना गरज वाटत नाही, इतके जणू ते काही स्वयंसिद्ध भाषाशास्त्रीय प्रमेय आहे! या संदर्भात सारस्वतकारांचे एक विधान उदाहरणादाखल घेणे औचित्यपूर्ण ठरेल. नकला करताना नकलनवीस खेळखंडोबा करतात हे निदर्शनास आणून देऊन भावे म्हणतात –

''भारतासारखा तोंडाने पाठ म्हटला जाणे जवळजवळ अशक्य अशा ग्रंथाच्या नकलांची ही स्थिती, मग नित्यपाठाच्या अभंगांची व पदांची काय दशा उडत असेल, याची कल्पना कोणालाही होईल.'' सारस्वताची पुरवणी लिहिणारे डॉ. शं. गो. तुळपुळे म्हणतात – ''एकनाथांनी ज्ञानेश्वरीतील शब्दरूपांना आधुनिक वळण देऊन तिचे अर्वाचिनीकरण केल्याने ज्ञानदेवांच्या मूळ भाषेस आपण मुकलो.'' तुकारामांची जगनाडीसंहिता व नंतरच्या पोथ्या यांच्यातील भेदांचे स्पष्टीकरण असेच लावता येईल. नामदेवगाथेकडेही याच दृष्टीने पाहण्यास नेमकी काय हरकत असावी, हे समजत नाही.

डॉ. कुलकर्णींच्या संशोधनाच्या निमित्ताने आणखी एका महत्त्वाच्या प्रश्नाची तड लावणे आवश्यक ठरते आहे. तो प्रश्न म्हणजे संतचरित्रांसाठी महानुभाव साहित्याचा पुरावा म्हणून उपयोग करणे कितपत योग्य आहे? कुलकर्णी यांचे संशोधन मुख्यत्वे तीन आधारांवर उभे आहे : (१) बाळछंद अभंग (२) तुका विप्र आणि बाळाबोवा ज्ञानेश्वरी यांच्या आख्यायिका आणि (३) लीळाचरित्रातील, विशेषत: अज्ञात लीळांमधील उल्लेख. यांपैकी पहिल्या आधाराचा अन्वयार्थ लावण्यात डॉक्टरांची चूक झालेली आहे, दुसरा आधार उत्तरकालीन आहे व तिसरा केवळ सांप्रदायिक वा पंथीय अतएव अविश्वसनीय आहे. या मुद्द्याचे थोडे तपशीलवार विवेचन करणे आवश्यक आहे.

लीळाचरित्राच्या मूळ पोथीची वाताहत झाली, हे स्वत: कुलकर्णींनीच नमूद केलेले आहे. खालशाच्या धाडीत मूळ एकुलती एक पोथी गहाळ झाल्यानंतर हिराइसेने, तिला संपूर्ण लीळाचरित्राचा घोक असल्यामुळे, लीळाचरित्र परत सांगितले व पाटकुळे मालोबासांनी ते लिहून घेतले. आज जास्तीतजास्त प्रमाण मानण्यात येणाऱ्या पिढीपाठाची संहिता हे माहिंभटाने लिहिलेले मूळ लीळाचरित्र नव्हे. इतकेच

नाही, तर ती हिराइसेची पुनर्निर्मितीही नव्हे. ती 'चौथी शोधणी' होय. (१) माहिंभट (२) परशुरामबास (३) शिवबास आणि (४) मुरारीमल्ल अशा या चार शोधण्या आहेत. परंतु पिढीपाठ हासुद्धा काही सर्वमान्य पाठ नव्हे. इतिहास प्रकरणात तेरा अधिकृत पाठ, तसेच तळेगावकर आणि बाइंदेशकर हे (संशयास्पद?) पाठ आणि चोवीस वास़नांतरांची म्हणजे पाठांतरांची नोंद आहे. लीळाचरित्राचे आणि एकूणच महानुभाव वाङ्मयाचे साक्षेपी अभ्यासक डॉ. भाऊसाहेब कोलते म्हणतात – ''म्हाइंभटांचा मूळ ग्रंथ जसाच्या तसा पुनर्निर्मित झाला, असे म्हणता येत नाही. त्याच वेळी हिराइसाप्रमाणे इतर आम्नायांतील आचार्यांच्या शिष्यांनीही या ग्रंथाचे पुनर्लेखन केले. त्यात वाक्यांची भिन्न रचना, स्वामींच्या मुखीच्या वचनांची भिन्न वासनांतरे, लीळांचे अनुक्रम इत्यादी अनेक बाबतीत भिन्नता दिसून आली आणि लीळाचरित्राचे अनेक पाठ निर्माण झाले. त्यात पुष्कळ प्रक्षेप घुसले, इतके की हरिबास आणि धाकुटे सोंगोबास यांना हिराइसा पाठ म्हणजेच पिढीपाठ व नागनाथ पाठ यांच्याखेरीज इतर पाठ अप्रमाण म्हणून घोषित करावे लागले. अशा स्थितीत लीळाचरित्राची पुन:स्थापना करून अधिकृत संहिता तयार करणे किती कठीण आहे, याची कल्पना येईल.[८]

विठ्ठल देवतेच्या स्वरूपनिश्चितीसाठी ज्या 'विठ्ठल वीरू कथन' या लीळेचा आधार अनेक विद्वान घेतात व कुलकर्णींनीही घेतला आहे, ती डॉ. कोलते यांनी 'मु. प्रती'तील 'अज्ञात' चरित्रातून घेतली आहे. ही मु. प्रत शके १५७०ची असून मुरारीमल्लबासाच्या चौथ्या शोधणीची प्रत होय. शके १५२३ची अज्ञात लीळांची प्रत 'ना. प्रत' आहे. तिच्यात ही लीळा मु. प्रतीप्रमाणे आहे. कोलत्यांनी मु. आणि 'ने' या प्रतींमधील पाठ प्रक्षिप्त म्हणून काढून टाकला. वास्तविक 'अ' प्रत १४७६मधील आणि 'गो' प्रत १४९५मधील आहेत. याचा अर्थ असा होतो की, कोलते यांना १५२३ आणि १५७०मधील पाठ १४७६ आणि १४९५मधील पाठांपेक्षा अधिक विश्वसनीय वाटतात. कुलकर्णीसुद्धा असेच करतात, यावर आता वेगळ्या भाष्याची गरज नाही. लीळाचरित्रात आलेल्या महानुभावेतर पंथांबद्दलची आणि पंथीयांबद्दलची विधाने अतिशय काळजीपूर्वक तपासली पाहिजेत. इतरांबद्दल आपणाला अनुकूल अशा आख्यायिका रचण्यात महानुभाव अत्यंत तत्पर होते आणि विशेष म्हणजे त्यांच्या या आख्यायिका पंथाबाहेर जाण्याची शक्यता नसल्याने त्यांचा कोणी प्रतिवाद करण्याचा वा त्यांना आव्हान देण्याचा प्रश्नच उपस्थित झाला नाही.

---

८. *लीळाचरित्र*, सं. कोलते वि. भि. : म. रा. सा. सं. मंडळ, मुंबई, १९७८, प्रस्तावना, पृ. ७५

घटितांची संगती लावून दाखवणे हे प्रत्येक संप्रदायाला आवश्यक वाटले. तो त्याच्या पंथामध्ये अशा प्रकारच्या मिथ्स निर्माण होतात यात अस्वाभाविक काहीच नाही. पंथाच्या चौकटीत न बसणाऱ्या किंवा पंथीयांच्या श्रद्धांना तडा जाऊ शकेल अशा अस्तित्वाचाच प्रश्न असतो. विठ्ठल दैवताचा व विठ्ठल पंथाचा वाढता प्रसार ही महानुभावियांच्या पुढील एक समस्या होती. वारकरी विठ्ठलाला कृष्णाचे रूप मानतात. ही गोष्ट संपूर्ण महानुभावीय विचारव्यूहालाच छेद देणारी आहे. महानुभाव पंचकृष्ण मानतात. अशा परिस्थितीत विठ्ठल या सहाव्या कृष्णाचे अस्तित्व त्यांना परवडणे शक्य नव्हते. म्हणूनच विठ्ठलाची व्यवस्था लावणारी एखादी स्पष्टीकरणात्मक मिथ निर्माण करणे, ही महानुभावांची गरज होती. 'विठ्ठलवीरुकथन' ही लीळा म्हणजे या गरजेतून निर्माण झालेली मिथ आहे. महानुभाव हे मांगभाव किंवा मातंगोद्भव आहेत, ही महानुभावद्वेष्ट्यांनी निर्माण केलेली मिथ जितकी सत्य आहे, तितकीच विठ्ठलवीरुकथन ही लीळा सत्य आहे.[९]

जी गोष्ट विठ्ठलाच्या कथेबद्दल तीच ज्ञानदेवादी संतांबद्दलच्या महानुभावीय कथांबद्दल. तेथेही याच प्रकारची प्रक्रिया घडलेली आहे. ज्ञानदेवांच्या लोकप्रियतेची, प्रभावाची मीमांसा करताना महानुभाव कथांमध्ये त्यांना झोटिंग प्रसन्न होतो, ते राजाचे गुरू बनतात, क्षुल्लक चमत्कार करतात. ज्ञानदेवच काय; पण नामदेव, गोरा कुंभार (रवळा कुंभार?), तुकाराममहाराज अशा अनेक वारकरी संतांची महानुभावांनी अशीच चुटकीसरशी वासलात लावलेली आहे. नामदेव केशोबासांना शरण जातात, गोरा कुंभाराचा निर्वंश चक्रधरांच्या शापामुळे होतो, तुकाराममहाराज एका अतिशय सामान्य कुवतीच्या महानुभाव महंताला अनुसरून त्याचा उपदेश घेतात! वारकऱ्यांमध्ये मात्र महानुभावांसंबंधी अशा प्रकारची एकही आख्यायिका प्रचलित नाही, हे लक्षात ठेवले पाहिजे. अर्थात त्याचे कारण उघड आहे. वारकरी संप्रदाय हा सतत खुला आणि वर्धिष्णु राहिलेला आहे. महानुभावांचे आव्हान त्याला कधीच जाणवले नाही. म्हणून त्याला अशा मिथकांचा आश्रय घेण्याची कधी गरजही भासली नाही. महानुभावांचे मात्र याच्या अगदी उलट होते. अर्थात याबद्दल महानुभावांना दोष देता येणार नाही. ही एक सहज घडत गेलेली प्रक्रिया होती. मला कीव वाटते ती मराठी संस्कृतीच्या आणि इतिहासाच्या अभ्यासकांची की, ज्यांनी सारासार विचारबुद्धी गहाण टाकून महानुभावांच्या असल्या कथांवर

---

९. महानुभावांच्या मातंगोद्भवतेबद्दल अधिक माहितीसाठी पाहा : 'चक्रव्यूहातून बाहेर' हा प्रस्तुत लेखकाचा लेख, *मंथन*, अहमदनगर जिल्हा ऐतिहासिक वस्तुसंग्रहालय, अहमदनगर, १९८३, पृ. १०४–१२०

विश्वास ठेवला. अर्थात एका अर्थाने ही संशोधकांचीही गरजच मानली पाहिजे. कारण, नाहीतर त्यांना काहीतरी नवे संशोधन केल्याचे श्रेय कसे मिळाले असते?

महानुभावीय मिथकांवर विश्वासच ठेवायचा असेल, तर तो वारकरी पंथापुरताच मर्यादित का ठेवावा? शंकराचार्यांचे तत्त्वज्ञान दत्तात्रेय प्रभूंच्या वरदानामुळे प्रतिष्ठा पावले हेही खरे मानावे. सीतेला व्यभिचार घडला यावरही विश्वास ठेवावा!

ज्ञानदेवांनी इतक्या लहान वयात ज्ञानेश्वरी लिहिणे अशक्य आहे, हे कुलकर्णी यांचे गृहीतक आहे. त्यांच्या लिखाणावरून असे दिसते की, ज्ञानदेवांच्या आयुष्यातील इतर चमत्कार त्यांना मान्य असावेत. लहान वयात अलौकिक कृती निर्माण करणे हाही असाच एक चमत्कार आहे, असे त्यांनी का मानू नये? वास्तविक त्यात चमत्कार वगैरे काही नाही. मानवी प्रतिभेच्या व कर्तृत्वाच्या नियमांच्या कक्षेत बसणारी ती घटना आहे. मागे श्री. म. माटे यांनी देशोदेशींच्या ज्ञानेश्वरांबद्दल एक लेख लिहिला होता, तो डॉक्टरांनी जरूर नजरेखालून घालावा.

∎

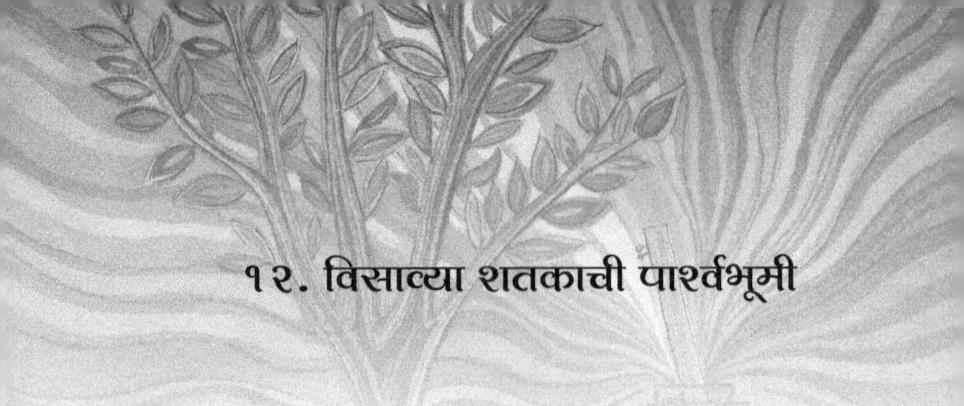

१२. विसाव्या शतकाची पार्श्वभूमी

तुकाराममहाराजांच्या शिष्या संत बहिणाबाई यांनी त्यांच्या *संतकृपा झाली* या अभंगामध्ये वारकरी संप्रदायाचा इतिहास इमारतीच्या रूपकातून सांगितलेला आहे. वारकरी संप्रदाय हा मराठी भाषा आणि मराठी संस्कृती यांचा गाभाच असल्याने बहिणाबाईंचे रूपक मराठी भाषा व संस्कृती यांनाही सार्थपणे लागू पडते. या इमारतीचा पाया ज्ञानदेवांनी रचला आणि तुकोबा तिचे कळस झाले, असे बहिणाबाई म्हणतात. थोडक्यात, ज्ञानोबा आणि तुकोबा ज्यांना समजले त्यांना वारकरी संप्रदाय समजला, मराठी संस्कृती समजली. मराठी संस्कृतीचा अभ्यास करताना वेगवेगळ्या काळी वेगवेगळ्या प्रकृतींच्या व प्रवृत्तींच्या विद्वानांनी ज्ञानोबा व तुकोबा यांचे कसे आकलन व मूल्यमापन केले हे पाहणे बोधप्रद ठरेल. प्रस्तुत लेखात ज्ञानदेवांचा विचार, विशेषत: ज्ञानेश्वरीच्या संदर्भात आणि तोही एकोणिसाव्या शतकापुरता करण्याचे योजिले आहे. विसाव्या शतकाची पार्श्वभूमी समजण्यासाठी त्याचा उपयोग होईल.

वारकरी संप्रदाय हा बहुजनांचा संप्रदाय असल्याने ज्यांच्यामुळे मक्तेदारी संभवते अशा ज्ञान व कर्म या दोन्ही गोष्टींना त्यात गौणत्व आहे. ब्राह्मण्यावर आधारित असलेल्या इतर कोणत्याही पंथात या दोनपैकी एखाद्या गोष्टीला प्राधान्य दिलेले आढळते. पेशवाईच्या व विशेषत: उत्तर पेशवाईच्या काळात वारकरी संप्रदायाची सापेक्षत: पीछेहाट झालेली दिसते. एकोणिसाव्या शतकाच्या सुरुवातीस दिसून येणारे नैतिक शैथिल्य आणि स्वार्थपरायणता यांची संगती पेशवाईत घडून आलेल्या वारकरी संप्रदायाच्या सापेक्ष पीछेहाटीचा विचार केल्याशिवाय लावता येणार नाही.

पेशवाई संपुष्टात येऊन येथे इंग्रजांची राजवट सुरू झाली. नवीन इंग्लिश विद्या शिकलेले एतद्देशीय विचारवंत आपल्या एकूणच सामाजिक-सांस्कृतिक-धार्मिक व्यवस्थेचा, मूल्यांचा व परंपरांचा पुनर्विचार करू लागले. या विचारांतून वारकरी संप्रदाय व त्याचे वाङ्मय सुटेल हे शक्य नव्हते. इंग्रज कालातील एक महत्त्वाचे वैशिष्ट्य म्हणजे मुद्रणतंत्राचा विकास आणि त्या अनुषंगाने होणारा ग्रंथप्रसार. इंग्रज

अमदानीत ज्ञानेश्वरीची पहिली संशोधित आवृत्ती छापून प्रसिद्ध करण्याचा मान बाळशास्त्री जांभेकर यांच्याकडे जातो. बाळशास्त्री हे मराठी वृत्तसृष्टीचे, संशोधनाचे व सुधारणांचे आद्य आचार्यच होत. त्यांना ज्ञानेश्वरीचे महत्त्व पटले आणि इ.स. १८४५मध्ये त्यांनी मुंबईच्या प्रभाकर छापखान्यात ज्ञानेश्वरी छापली.

व्याकरणाचार्य दादोबा पांडुरंग हे बाळशास्त्रींचेच शिष्य. दादोबांच्या वडिलांची भक्ती 'पूर्वीपासून पंढरपूर संप्रदायी वैष्णवमार्गाकडेस विशेष असे' हे दादोबांनी आपल्या आत्मचरित्रात नोंदवून ठेवलेले आहे.[१] दादोबांचे वडील नियमाने रोज पहाटे अभंग, भूपाळ्या इत्यादी म्हणत. त्यातील ज्ञानदेवांची एक भूपाळीही दादोबांनी दिलेली आहे.[२] दादोबांनी हरी केशवजी या तत्कालीन पाचकळशी समाजातील विद्वानांची हकीकतही दिली आहे. हरी केशवजींचे इंग्रजीवर चांगले प्रभुत्व होते आणि त्यांनी इंग्लिश ग्रंथांचे केलेले मराठी अनुवाद अत्यंत सरस वठले आहेत. हरी केशवजींना श्यामराव तात्या केसकर यांचा अनुग्रह होता. त्यामुळे त्यांना *ज्ञानेश्वरी, अमृतानुभव, विवेकसिंधु* हे ग्रंथ चांगले समजत असत.[३]

एकोणिसाव्या शतकातील कोणत्याही बाबीचा विचार लोकहितवादी गोपाळ हरी देशमुखांना टाळून करता येणे अशक्य आहे. गोपाळ हरी हे केवळ पढिक अथवा बहुश्रुत विद्वान नव्हते. समाजातील निरनिराळ्या घटकांशी त्यांचा प्रत्यक्ष संबंध येत होता आणि त्यांची निरीक्षणशक्तीही दांडगी होती. तत्कालीन वारकरी संप्रदायाचे यथातथ्य दर्शन त्यांनी घडवले आहे. लोकहितवादी लिहितात, ''वैदिक व स्मार्त कर्म यांचा आणि वारकरी यांचा द्वेष आहे. ब्राह्मणांचे लाजेकरिता हे श्राद्ध, पक्ष, लग्न, मुंज, क्रिया इत्यादी करतात; परंतु वेद किंवा वैदिक शास्त्री यांजवर त्यांची भक्ती नाही. कित्येक वारकरी अभंग म्हणत प्रेतास नेऊन जाळतात व तसे केल्याने त्याची सर्व क्रिया झाली असे समजतात. हे वारकरी अर्धे ब्राह्मण धर्मात, अर्धे वेदात व अर्धे अभंगात असे लटपटीत आहेत. ब्राह्मणांचा संबंध मनेकरून यांनी तोडला आहे; परंतु जनात बाह्यात्कारी हे अद्याप ब्राह्मणांस धरून चालतात. याजकरिता वेगळा कायदा करून देणारा कोणीतरी पाहिजे. परंतु या पंथातील लोक बहुतकरून अडाणी आहेत, यामुळे तशा थरावर अद्याप आले नाहीत. तथापि येण्याचा संभव आहे असे दिसते.''[४]

---

१. रावबहादूर दादोबा पांडुरंग, *आत्मचरित्र*, केशव भिकाजी ढवळे, मुंबई १९७३, पृ. ६

२. *तत्रैव*, पृ. ५

३. *तत्रैव*, पृ. ५८

४. *लोकहितवादीकृत निबंधसंग्रह*, नं. १४१

हे झाले लोकहितवादींचे वारकरी पंथाचे सर्वसामान्य निरीक्षण. लोकहितवादींनी वारकऱ्यांमधील सुधारणांची व क्रांतीची सुप्त शक्ती अचूकपणे हेरली होती हे यावरून लक्षात येईल. *दि थिओसोफिस्ट* या मासिकात केलेल्या लिखाणातून त्यांनी ज्ञानदेवांचे व योगमार्गाचे साधन करू इच्छिणाऱ्यांसाठी मार्गदर्शक या नात्याने ज्ञानेश्वरीचे महत्त्व सांगितले आहे.[५] ज्ञानोबा व तुकाराम यांचा वारकरी संप्रदाय दिवसेंदिवस वाढत असल्याचेही त्यांना जाणवल्याचे दिसते; तसेच वारकरी ज्ञानदेव, नामदेव, कबीर, एकनाथ व तुकाराम यांच्याखेरीज अन्य कोणालाही संत मानायला तयार नसल्याचेही ते सांगतात.[६] अर्थात लोकहितवादींनी काही गफलतीही करून ठेवल्या आहेत. उदाहरणार्थ, एके ठिकाणी त्यांनी अमृतानुभवाचे कर्तृत्व मुकुंदराजांना दिलेले आहे.[७] एक गोष्ट स्पष्टपणे दिसून येते, सुरुवातीच्या काळात लोकहितवादींना वारकरी संप्रदायातील सुधारणेस अनुकूल अशा घटकांबद्दल, विशेषत: या संप्रदायातील जातिभेदविरोधाबद्दल विशेष कौतुक वाटत होते व या गोष्टीचा उपयोग करून घेता येईल, अशीही त्यांची धारणा होती; परंतु नंतर त्यांनी ती आशा सोडलेली दिसते. त्यांचा कल नंतर दयानंदांच्या आर्य समाजाकडे झुकला.

लोकहितवादी आणि महात्मा जोतीराव फुले हे एकाच पिढीतील, परंतु वेगवेगळ्या सामाजिक स्तरांमधून आलेले. लोकहितवादींनी ब्राह्मणांवर जी टीका केली तिचा आधार फुले घेतात.[८] या टीकेमागची लोकहितवादींची भूमिका ब्राह्मणांना सुधारण्याची आहे. कारण, एकूण समाजरचनेत ब्राह्मण शीर्षस्थानी असल्यामुळे ब्राह्मण सुधारले की त्यांच्या अनुकरणाने इतरही आपोआप सुधारतील असे लोकहितवादींना वाटत असावे. फुले यांनी मात्र ब्राह्मणांची आशा पूर्णपणे सोडली आहे आणि शूद्रातिशूद्रांनी आपला उद्धार आपणच करायला हवा असा पवित्राही घेतला आहे. परंतु त्याचबरोबर यासाठी ब्राह्मणांशी संघर्ष होणे अटळ असल्याचे त्यांच्या लक्षात आल्याने त्यांनी आपले युद्ध जाहीरही केले. त्यामुळे ब्राह्मण व्यक्ती वा ब्राह्मणी ग्रंथ पाहिला म्हणजे फुले त्यांच्याकडे प्रथमत: संशयाने पाहणार हे उघड आहे. त्याचबरोबर फुले यांची धर्माकडे पाहण्याची दृष्टी जास्तीतजास्त बुद्धिवादी व रॅडिकल आहे, हेदेखील लक्षात

---

५. *लोकहितवादी समग्र वाङ्मय*, खंड १, सं. गोवर्धन पारीख, इंदुमती पारीख, महाराष्ट्र राज्य सा. सं. मंडळ, मुंबई, १९८८, पृ. ५१७

६. तत्रैव, पृ. ५१६

७. तत्रैव, पृ. ४१७

८. उदाहरणार्थ, *आर्याजीची मति अति अमंगळ। कथिली गोपाळ देशमुखे।।*, महात्मा फुले समग्र वाङ्मय, सं. धनंजय कीर, स. गं. मालशे, म.रा.सा.सं.मं. मुंबई, १९८८, पृ. ५१२

ठेवले पाहिजे. साहजिकच एकटे तुकाराम वगळता सर्व संतपरंपरेवर फुले यांनी टीकेची झोड उठवली. या टोकाच्या व परंपराबाह्य भूमिकेमुळे तुकारामांशी फुले यांचे प्रत्यक्ष नाते असतानाही त्याचा जाहीर व सरळ उच्चार फुले करू शकले नाहीत.[९] ज्ञानदेव तर बोलूनचालून ब्राह्मण; त्यामुळे फुले त्यांच्यावर घसरले नसतील तरच नवल. वास्तविक ज्ञानदेव तेराव्या शतकातील ब्राह्मणांना ब्राह्मण वाटत नव्हते, किंबहुना त्या काळातील बहुजनांचे वैचारिक नेतृत्व ज्ञानदेवांनी पत्करले होते; परंतु फुले यांच्या आक्रमक व्यूहरचनेत एवढ्या सूक्ष्म विचारांना स्थान असण्याचे कारण नव्हते. ज्ञानदेवांची गणना त्यांनी व्यर्थ वाया गेलेल्या, पायलीचे पंधरा आणि आधोलीचे सोळा ब्राह्मण ग्रंथकारांतच केली.[१०] 'मुकुंदराज, ज्ञानेश्वर, रामदास यांनी थोतांडी ग्रंथ रचून सामान्य लोकांस गुंगवून मुसलमानांना धूर्त आर्य ब्राह्मणांचे कूट बाहेर काढण्यास फुरसत मिळवून दिली नाही,' अशी फुले यांची मीमांसा आहे. ''अज्ञानी शूद्रादी अतिशूद्र पवित्र कुराणातील सार्वजनिक सत्य पाहून मुसलमान होऊ लागतील या भयास्तव धूर्त देशस्थ आळंदीकर ज्ञानोबाने तो गीतेतील बोध उचलून त्याच्यावर ज्ञानेश्वरी नावाचा ग्रंथ केला.'' असे फुले लिहितात.[११] ज्ञानेश्वरीच्या बाराव्या आणि तेराव्या अध्यायांतील काही ओव्या उदाहरणादाखल घेऊन त्यांच्यातील काही विरोध दाखवून फुले 'ज्ञानेश्वरीतील निराधार तर्कांचे कामापुरते खंडण' करतात.

लोकहितवादी आणि म. फुले यांचा विचार करताना आपण अपरिहार्यपणे चिपळूणकरांचाही विचार करतो. पूर्वोक्त दोघेही चिपळूणकरांच्या टीकेचे लक्ष्य बनले होते, हे सर्वांना ठाऊक आहे. पण त्याहीपेक्षा महत्त्वाची गोष्ट म्हणजे शास्त्रीबुवा एका नवीन राष्ट्रीय भावनेचे प्रवर्तक मानले जातात. स्वभाषेचे प्रेम हा तिचा महत्त्वाचा भाग होता. स्वभाषेचा अभिमान जागृत करण्यासाठी वास्तविक चिपळूणकरांना ज्ञानेश्वरीचा अधिक चांगला उपयोग करता आला असता, पण तितका तो त्यांनी केलेला दिसत नाही. 'कविता हे अंगी बाणू जाता येणारे नव्हे, ते ईश्वराचेच देणे होय' असे विष्णुशास्त्री चिपळूणकरांचे मत होते.[१२] ज्ञानेश्वरीतील भगवद्भक्ताचे

---

९. तुकाराम आणि फुले यांच्या संबंधाचा उलगडा होण्यासाठी पाहा – मोरे सदानंद, *महात्मा फुल्यांचा धर्मविचार*, समाजप्रबोधन पत्रिका, सं. राजेंद्र व्होरा, जुलै–सप्टेंबर १९९०
   तुकाराम आणि सत्यशोधक समाज यांच्यातील नाते नंतरच्या काळातील एक सत्यशोधक नेते हरिश्चंद्र नारायणराव नवलकर यांनी ओळखले. त्यांचे *सत्यशोधक महासाधु श्री तुकाराम महाराज* हे पुस्तक या संदर्भात वाचनीय आहे. (वडगाव १९२९)

१०. *समग्र फुले*, पृ. १२६

११. *तत्रैव*, पृ. ४०२

१२. *कै. विष्णुशास्त्री चिपळूणकर यांची निबंधमाला*, सं. वा. वि. साठे, पुणे, १९२६, पृ. २८

वर्णन उदाहरणादाखल घेऊन ते म्हणतात, ''अशा ठिकाणी संस्कृतातील शिखरिणी, मंदाक्रांता वगैरे झोकदार मोठाले छंद किंवा मराठीतील साकी, दिंडी इत्यादी मंजूळ वृत्ते अगदीच कामास पडती ना.''[१३] रघुनाथ भास्कर गोडबोले यांच्या ज्ञानेश्वरी परिभाषेच्या परीक्षणात शास्त्रीबुवा लिहितात – ''*ज्ञानेश्वरी* हा आजकालचा ग्रंथ नाही. इंग्लिश भाषेचा आदिकवी चॉसर याच्याही काही मागले आमचे ज्ञानोबा होते.''[१४] येथेच चिपळूणकर ज्ञानदेवांना 'महाराष्ट्र कवींचे व सन्मणिमंडळाचे कुलगुरु' असे संबोधतात.[१५] भगवद्गीतेवरील मनोरम व्याख्यान या दृष्टीने ज्ञानेश्वरीचे स्थान सांगून नव्याने अभ्यासिल्या जात असलेल्या भाषाशास्त्राच्या दृष्टीने चिपळूणकर ज्ञानेश्वरीचे महत्त्व बरोबर सांगतात. राजवाडेंचे कार्य अशा प्रकारे शास्त्रीबुवांनी आधीच अपेक्षिले आहे. ''सहाशे वर्षांपूर्वी आमची भाषा कशी होती, म्हणजे संस्कृत व प्राकृत या दोन मागल्या पिढ्या तुटून तिच्या स्वैर गतीस आरंभ झाला असता तिचे स्वरूप कसे होते, ते या ग्रंथांवरून पाहण्यास सापडणार आहे,'' असे शास्त्रीबुवा बरोबर दाखवून देतात.[१६] परंतु शास्त्रीबोवांचे ज्ञानेश्वरीबाबतचे सर्वसाधारण मत काय होते, असा प्रश्न कोणी विचारला तर त्याचे उत्तर एवढेच देता येईल की, ''ज्ञानेश्वरीसारखे ग्रंथ तर भाषेच्या संबंधाने व अर्थाच्या संबंधानेही दुर्बोध; का की, त्यातील शब्द व रचना ही अर्धी मराठी व अर्धी प्राकृत आहे व विषयही अध्यात्म किंवा वेदान्त असल्यामुळे आकलन होण्यास कठीणच.''[१७]

ज्ञानेश्वरीत वेदान्त असल्यामुळे ती समजण्यास कठीण आहे, असा त्या काळातील साधारण ग्रह दिसतो. म्हणून तर परशुरामपंत गोडबोले यांच्या *नवनीत*मध्ये सुरुवातीला ज्ञानेश्वरीतील ज्या बाराव्या व तेराव्या अध्यायांचा समावेश करण्यात आला होता (इ.स. १८५४) ते *नवनीत*च्या आठव्या आवृत्तीतून (१८७८) काढून टाकण्यात आले. काढण्याची सूचना विद्याखात्याचे डायरेक्टर चेट्फील्ड यांची होती. अर्थात १८८६च्या आवृत्तीत त्यांचा परत समावेश करण्यात आला हा भाग वेगळा. *नवनीत*चे संपादक परशुरामपंत गोडबोले हे स्वत: मोरोपंतांचे चाहते व अभिमानी होते. साहजिकच *नवनीतात* मोरोपंतांना खूपशी जागा मिळाली होती. विष्णुशास्त्रीही मोरोपंतांचे अभिमानी. मोरोपंतांना न्याय मिळवून देण्याच्या नादात

---

१३. *तत्रैव*, पृ. २८
१४. *तत्रैव*, पृ. ४०२
१५. *तत्रैव*, पृ. ५०२
१६. *तत्रैव*, पृ. ५०४
१७. *तत्रैव*, पृ. ७९५

त्यांनी मालेचे अंकच्या अंक खर्ची घालावेत हे अगदीच साहजिक होते. एवढे श्रम त्यांनी ज्ञानेश्वरीसारख्या कृतीच्या संदर्भात केले असते तर निदान सत्कारणी तरी लागले असते.

फुले-लोकहितवादी-चिपळूणकर यांच्या भूमिकांचा विचार केल्यानंतर आता आपण प्रार्थना समाजाकडे वळू. प्रार्थना समाज म्हणजे बंगालमधील ब्राह्मो समाजाची मराठी प्रतिकृती असा काहींचा समज आहे; पण तो योग्य नाही. प्रार्थना समाजापुढे ब्राह्मो समाजाचा नमुना होता हे खरे आहे. तसेच प्रार्थना समाजिस्टांचे व ब्राह्मोंचे संबंध होते हेदेखील खरे आहे; पण प्रार्थना समाजात अस्सल मराठी वारकरी संप्रदाय, विशेषत: तुकारामांच्या रूपाने जितका प्रविष्ट झाला, तितका बंगालमधील चैतन्य संप्रदाय ब्राह्मो समाजात शिरला नाही, हे लक्षात ठेवले पाहिजे. प्रार्थना समाजातील धुरीण राजमान्य व विद्वन्मान्य असत. तत्कालीन समाजाचे वैचारिक नेतृत्व त्यांनी केले असे म्हटले तरी चालेल. निदान टिळकांच्या उदयापर्यंत तरी पुण्यात 'रानडे बोले आणि फुले हाले' अशी परिस्थिती होती.

तुकाराम म्हणजे प्रार्थना समाजाचा जीव की प्राण असे म्हटले तर त्यात काहीच अतिशयोक्ती होणार नाही. भांडारकर असोत, चंदावरकर असोत की शिंदे असोत; तुकोबांशिवाय कोणाचे पान हलणार नाही. रानडे यांचाही याला अपवाद नव्हता. परंतु इतर प्रार्थना समाजिस्ट आणि न्यायमूर्ती यांच्यात एक महत्त्वाचा फरक होता. रानडे यांची दृष्टी अधिक व्यापक होती. त्यामुळे तुकारामांबरोबरच रानडे ज्ञानेश्वर आणि एकनाथ यांचाही उपयोग करत. या दृष्टीने पाहिले तर रानडे हे वारकरी संप्रदायाच्या भूमिकेच्या जास्तीतजास्त जवळ होते. वारकरी ज्ञानोबा आणि तुकोबा यांच्यात अजिबात भेद करत नाहीत. त्यामुळे साहजिकच राजारामशास्त्री भागवत यांनी प्रार्थना समाजिस्टांवर त्यांच्या या भेदवादी विचाराबद्दल टीका केलेली आहे.[१८] परंतु भागवतांचे विवेचन नंतर करू.

न्यायमूर्ती रानडे यांचा ज्ञानेश्वर आणि ज्ञानेश्वरीविषयक विचार अतिशय मौलिक आणि महत्त्वाचा आहे. एका बाजूला सनातन ब्राह्मणी धर्म व दुसऱ्या बाजूला भागवत धर्म यांच्यामधील भेद रानड्यांनी ओळखला होताच.[१९] परंतु त्याच्याहीपेक्षा महत्त्वाचे दोन विचार त्यांच्या लेखनात सापडतात.

लोकमान्य टिळकांनी *गीतारहस्य* लिहून भगवद्गीतेचा कर्मप्रधान अर्थ लावला हे सर्वज्ञात आहे; परंतु कर्मप्रधान गीतारहस्याचे निदान बीजरूपाने सूतोवाच

---

१८. *राजारामशास्त्री भागवत यांचे निवडक साहित्य*, सं. दुर्गा भागवत, वरदा बुक्स, पुणे १९७९, पृ. १५५
१९. *न्या. मू. महादेव गोविंद रानडे यांची धर्मपर व्याख्याने*, कर्नाटक प्रेस, मुंबई, १९४०, पृ. १२४

न्यायमूर्तींनी टिळकांच्याही अगोदर करून ठेवलेले होते, याची जाणीव अभ्यासकांनाही दिसत नाही. ''कर्मयोग व कर्मसंन्यास यांची सांगड घालून द्यावी, याच हेतूने गीताशास्त्राची उत्पत्ती झाली.''[२०] गीताप्रणीत भागवत धर्माचे रहस्य म्हणजे 'कर्म कर परंतु परेश्वरार्पण कर' असा रानडे यांचा गीतेच्या संदेशाचा अर्थ आहे.[२१] त्यापुढे जाऊन न्यायमूर्ती म्हणतात – ''गीतेत जे म्हणून रहस्य आहे, ते ज्ञानेश्वरांच्या चरित्रात आहे. ज्ञानेश्वरांचे चरित्र गीताग्रंथात अल्पच आहे. त्यांचे चरित्र बीस–बावीस वर्षांचे, गीतेचे अध्यायही अठराच, तरी त्यात उत्तम रहस्य आहे व ते जगाला दाखवण्यासाठी ज्ञानेश्वरांचा अवतार होय. गीतेचा बोध करणे फार सोपे आहे, पाच–सहा विद्वान एकत्र जमून त्यांना तसे सहज करता येणार आहे; पण आम्हाला चरित्र पाहिजे. भरतभूमीचे भाग्य म्हणून तसे चरित्र ज्ञानेश्वरांनी करून दाखविले.''[२२]

पाश्चात्त्य राष्ट्रांनी वेगवेगळ्या क्षेत्रांत संपादन केलेली प्रगती आपली सांस्कृतिक चौकट न बिघडता कशी समाविष्ट करून घ्यायची, आपल्या सामाजिक पुनर्रचनेची बैठक कशी असली पाहिजे, याविषयीचा विचार एकोणिसाव्या शतकातील मुख्य विचार होय. व्यक्तीच्या अंगच्या गुणांचा जास्तीतजास्त विकास व्हायला हवा, तेच तिचे ध्येय असायला हवे, असे रानडे यांना वाटे; ते मिल बेंथॅमचे विचार प्रमाण मानणाऱ्या आगरकरांप्रमाणे सुख हेच साध्य होय, असे मानणारे उपयुक्ततावादी नव्हते. नागरिकत्वाची आधुनिक संकल्पना ज्ञानेश्वरीत आहे, असे त्यांनी निदर्शनास आणले.[२३]

नीतीच्या व सामाजिक व्यवहारांच्या बाबतीत रानडे यांना जरी ज्ञानेश्वरी आधारभूत वाटत असली, तरी ज्ञानेश्वरांचे मेटॅफिजिक्स हे शंकराचार्यांप्रमाणेच मायावादी आहे, असा इतर अनेकांप्रमाणे रानडे यांचाही समज होता. त्यांना स्वत:ला मायावादी सत्ताशास्त्र मान्य नव्हते. म्हणून त्यांनी या प्रांतात रामानुजाचार्यांच्या विशिष्टाद्वैत मताची कास धरली. वास्तविक रानडे यांच्या काळात ज्ञानेश्वरांच्या तत्त्वज्ञानाचे चिद्वि लासवादी स्वरूप स्पष्टपणे मांडले गेले नव्हते. ते जर रानडे यांच्या समोर असते तर त्यांना रामानुजांकडे पाहण्याची गरज भासली नसती व ज्ञानदेवांचे ते पूर्ण अनुयायी झाले असते यात शंका नाही.

भगवद्गीता कर्मपर असल्याचे आणि गीतारहस्य ज्ञानेश्वरीत आणि ज्ञानेश्वरचरित्रात प्रगट झालेले असल्याचे प्रतिपादन रानडे यांनी टिळकांपूर्वी केलेले

---

२०. *तत्रैव*, पृ. ४३
२१. *तत्रैव*, पृ. ४५
२२. *तत्रैव*, पृ. ११५–११६
२३. *तत्रैव*, पृ. ३९

असल्याचा उल्लेख वर आलेला आहे. वास्तविक गीता कर्म करायला सांगते याबद्दल वारकरी परंपरेत कोठेही संदेह दिसत नाही. किंबहुना टिळकांनी वापरलेला 'निष्काम कर्म' हा शब्दप्रयोग जरी गीतेवरील कोणत्याही संस्कृत टीकेत सापडत नसला तरी तो तुकोबांच्या गाथेत सापडतो, हे लक्षात ठेवले पाहिजे. इ.स. १८९७च्या सुमारास ज्ञानेश्वरीची एक महत्त्वाची आवृत्ती प्रसिद्ध करण्याचा अण्णा मोरेश्वर कुंटे यांचा विचार या संदर्भात मननीय आहे. अण्णा मोरेश्वर कुंटे म्हणजे महादेव मोरेश्वर कुंटे यांचे बंधू. ते प्रख्यात डॉक्टर होते. महादेव मोरेश्वर कुंटेही उतारवयात भजनमार्गाकडे वळले होते. अण्णा मोरेश्वर कुंटे यांनी ज्ञानेश्वरीप्रमाणेच *अमृतानुभवा*वरील शिवकल्याणांची नित्यानंदी टीकाही प्रकाशित केली होती.

ज्ञानेश्वरीच्या प्रस्तावनेत कुंटे लिहितात, ''ज्ञानेश्वरीचा खरा मुद्दा आपण कोण आहोत याची ओळख पटण्याचा आणि ज्ञान व कर्म यांची सांगड घालून देण्याचा आहे. कर्ममार्ग म्हणजे ज्ञानमार्गापासून केवळ विरुद्ध आहे ही जी समजूत, ती खरी नाही. जगतात ज्या स्थितीमध्ये आपण आहोत त्या स्थितीला अनुसरून यथासांग कर्माचरण केले असता कार्यभाग साध्य होतो. कोणत्या प्रसंगी कोणते वर्तन करावे यासंबंधाने जे अनेक संशय मनुष्याच्या मनात उत्पन्न होतात त्यांचे निर्विवाद विवेचन या ज्ञानेश्वरीत झाले आहे.''

राजारामशास्त्री भागवतांचा उल्लेख मागे येऊन गेलेला आहे. भागवत हे विलक्षण प्रतिभेचे आणि समदृष्टीचे निर्भीड विचारवंत होते. महाराष्ट्राच्या संस्कृतीचे यथार्थ आणि सम्यक् आकलन जर कोणाचे असेल, तर ते राजारामशास्त्र्यांचेच होय. प्रार्थना समाज करत असलेल्या ज्ञानोबा व तुकोबा यांच्यामधील भेदाविषयी शास्त्रीबोवांनी नापसंती व्यक्त केली होतीच. या समाजाबद्दल ते लिहितात – ''भक्तिमार्गाचा महाराष्ट्रातील पाया बळकट करण्याचा जर प्रार्थना समाजाचा हेतू होता, तर पंढरपूरची वारी पत्करून 'निवृत्ती ज्ञानदेव तुकाराम' हा गजर चालवायचा होता, म्हणजे आयते काम झाले असते.''[२४] पुण्यात टिळकांनी गणेशोत्सव सुरू केला तेव्हा भागवतांनी स्पष्ट लिहिले की, ''जर पुणेकर पुढाऱ्यांचा हेतू लोकांची धर्मवासना बळकट करण्याचा होता, तर ज्ञानोबांच्या पालखीचा मेळा वाढवणे हाच एक राजरस्ता होता. तो राजरस्ता न स्वीकारता गणेशचतुर्थीसारखी गेले काही दिवस एक नवीनच आडवाट शोधून काढली, हे काम कोणतेही राष्ट्रीय काम जितक्या धोरणाने झाले पाहिजे तितक्या धोरणाने झाले नाही.''[२५]

---

२४. *रा.भा.नि.सा.*, खंड १, पृ. १५३
२५. *रा.भा.नि.सा.*, खंड २, पृ. २३६

''ज्ञान व भक्ती या दोहोंची सांगड ज्या प्रस्थानाने घातली ते पंढरपूरचे प्रस्थान. या सातव्या प्रस्थानास आपण पुंडलिकावरून पुंडलिकाचे प्रस्थान असे नाव देऊ.'' अशा प्रकारे वारकरी तत्त्वज्ञानाची स्वतंत्रता ओळखून शास्त्रीबुवा पुढे लिहितात, ''या प्रस्थानातल्या लोकांचा आगम म्हटला म्हणजे ज्ञानेश्वरी व तुकारामबोवांची गाथा. सर्व महाराष्ट्रात एक मूठभर महाशास्त्री व ओंजळभर पुराणिक असतील, ते सोडून अशेष ब्राह्मणवर्ग व राहिलेले अशेष तीनही वर्ण प्राय: पुंडलिकी मार्गांचे असतात. तेव्हा *ज्ञानेश्वरी* व *तुकारामबोवांची गाथा* या दोन्ही ग्रंथांस आम्हा मराठ्यांचा आगम म्हटले असता ते यथार्थ आहे. आम्हा मराठ्यांस नाही श्रुतींची गरज, नाही स्मृतींची गरज, नाही भगवत्पादांच्या वेदान्तभाष्याची गरज... जसे ख्रिस्ती लोक बायबलाच्या वचनाच्या आधाराने बोलतात, त्याप्रमाणे आम्हा मराठ्यांस ज्ञानेश्वरांच्या किंवा तुकारामबोवांच्या वचनांचा आधार धरून काम केले पाहिजे... आम्हा मराठ्यांस काशीची गरज नाही व गयेचीही गरज नाही. थोड्याबहुत काही कर्मठ ब्राह्मणांचा काशीयात्रेस ओढा असतो; पण मराठ्यांची सार्वजनिक त्रिस्थळी यात्रा म्हटली म्हणजे पंढरपूर, आळंदी व देहू.''[२६] ''आम्हा मराठ्यांचा आगम श्रुतीत नाही, तो आहे आमच्याच भाषेत. झाकलेली मूठ सव्वा लाखाची. श्रुती व स्मृती यांच्या अध्ययनाने धर्मोन्नती होण्याचा तर संभव नाहीच.''[२७]

''ज्ञानेश्वरी एक महासागर आहे'' असे शास्त्रीबोवा म्हणत,[२८] व ज्ञानेश्वरांस ज्ञानर्षी म्हणत. दुर्गा भागवतांनी म्हटल्याप्रमाणे शास्त्रीबोवांचा मोरोपंतांचा व्यासंगसुद्धा दांडगा होता. मोरोपंत आखाडा काढून त्यात ते मोरोपंत व इतर कवींबद्दल चर्चा करत; पण ज्ञानेश्वरी ती ज्ञानेश्वरी. तिने शास्त्रीबोवांच्या आयुष्यात जीवनरसच घातला होता.[२९] विष्णुशास्त्री आणि राजारामशास्त्री यांमध्ये फरक आहे तो नेमका हा.

एका बाजूला राजारामशास्त्री भागवतांसारखे स्वतंत्र बाण्याचे विचारवंत पुंडलिकी मार्गाची आणि ज्ञानेश्वरी व गाथा या मराठी आगमांची स्वायत्तता प्रतिपादीत असताना त्याच्या नेमकी विरुद्ध क्रिया वारकरी संप्रदायातच घडत होती. त्याची पार्श्वभूमी अशी –

एकोणिसाव्या शतकाच्या मध्यावर उत्तरेत निश्चलदास नावाचे जाट पंडित होऊन गेले. त्यांना वेदान्त शिकण्याची तीव्र इच्छा होती. परंतु जाट म्हणजे शूद्रच,

---

२६. *रा.भा.नि.सा.*, खंड १, पृ. १६०–१६१

२७. *तत्रैव*, पृ. १६५

२८. *रा.भा.नि.सा.*, खंड २, पृ. २०५

२९. *तत्रैव*, पृ. २०७

अतएव वेदांचा अधिकार नाही. निश्चलदासांनी कर्णासारखी युक्ती केली. जात चोरून, म्हणजे आपण ब्राह्मण आहोत असे सांगून काशीक्षेत्री ब्राह्मण गुरूंकडून विद्या संपादन केली! पुढे या निश्चलदासांनी वेदान्ताची प्रक्रिया सुलभ करून सांगणारे *विचारसागर, वृत्तिप्रभाकर, युक्तिप्रकाश* हे ग्रंथ हिंदुस्थानी भाषेतून लिहिले. ते अल्पावधीतच लोकप्रिय झाले. मुंबई येथील एक खोजा मुसलमान वेदान्ती साली महंमद यांनी *विचारसागर* प्रथम मराठीत आणला. नंतर नानामहाराज साखरे या पंडिती परंपरेतील गृहस्थांनी *विचारसागरा*सारख्या दुय्यम-तिय्यम दर्जाच्या वेदान्त ग्रंथांवरून ज्ञानेश्वरीचा अर्थ लावण्याचा परिपाठ सुरू केला. त्यांच्या पश्चात त्यांच्या गादीवर आलेले विनायकबुवा साखरे यांनी तो अधिक बळकट केला. आजही महाराष्ट्रात *विचारसागरा*वर आधारित ज्ञानेश्वरी प्रवचने करण्याची प्रथा जोरात आहे. हे प्रवचनकार *विचारसागरा*तील वेदान्ती प्रक्रिया पोपटासारख्या पाठ म्हणतात. या प्रक्रिया अगदीच ठोकळेबाज असतात. त्यांच्याशी अनुकूल वाटणारा अभंग किंवा ओवी म्हटली की बुवांचे काम झाले. बुवांना ना धड शांकर वेदान्त मुळात कळलेला असतो ना ज्ञानदेवांचे हद्गत. श्रोते श्रद्धेने ऐकतात. मुळात वक्त्यांचाच वकूब जेमतेम तेथे श्रोत्यांची अवस्था काय असणार याची कल्पनाच करावी. थोडक्यात सांगायचे म्हणजे, वारकऱ्यांतील एक खळाळता व जिवंत प्रवाह प्रार्थना समाजिस्ट, राजारामशास्त्री अशा लोकांनी ओळखला; पण वारकरी म्हणवणाऱ्या एका परंपरेनेच या प्रवाहाला परत श्रुतिस्मृतिपुराणोक्त वर्णाश्रमवादी कर्मठ असे उलट वळण लावलेले आहे.

कोल्हापूरचे सखाराम भावे वकील, पनवेलचे कृ. ना. आठल्ये, पुण्याचे बा. अ. भिडे तसेच स्वत: साखरे यांनी याच काळात सार्थ ज्ञानेश्वरी सिद्ध केल्या. पहिल्या तिघांच्या बाबतीत इतिहासाचार्य राजवाडे यांनी स्पष्ट अभिप्राय दिला आहे की, ''हे व्याख्याते अथपासून इतिपर्यंत अपव्याख्यान करत गेलेले आहेत. या तिन्ही गृहस्थांना घेतलेली कामगिरी बिनचूक बजावण्याचा अधिकार आलेला नव्हता.''[३०] ''भिंगारकरबुवांसारख्या गृहस्थांनी जर ज्ञानेश्वरीच्या अर्थाचे पुस्तक छापले, तर ज्ञानेश्वरीच्या नावावर चिताड व गचाळ बाडे भक्तिमार्गी लोकांत जो खोट्या वेदान्ताचा व भोळेपणाचा प्रसार करतात त्याला काही आळा पडून ऐतिहासिक व प्रागतिक मार्गाला भक्तिमार्गी लोक लागतील.''[३१]

---

३१. *तत्रैव*, पृ. ११५

३०. राजवाडे, वि. का., *ज्ञानेश्वरीची प्रस्तावना आणि ज्ञानेश्वरीतील व्याकरण*, म.रा.सा.सं. मंडळ, मुंबई, १९७९, पृ. ११२

ज्ञानेश्वरीच्या संदर्भात ज्यांचा विचार करणे गरजेचे आहे, त्यात सर्वांत महत्त्वाचे नाव अर्थातच लोकमान्य बाळ गंगाधर टिळक यांचे आहे. लोकमान्यांनी गीतेचा कर्मपर अर्थ लावणारे *गीतारहस्य* लिहून पारंपरिक पंडितांना मोठाच धक्का दिला. अर्थात गीतेचे असे तात्पर्य वारकऱ्यांच्या दृष्टीने नवीन नसल्याचे अगोदर दाखवून दिलेले आहेच.

टिळकांचे आणि संत साहित्याचे अभ्यासक व कीर्तनकार श्रीपतीबुवा भिंगारकर यांचे संबंध मैत्रीचे आणि जिव्हाळ्याचे होते. नगरचे भारदेबुवा ऊर्फ भारद्वाज यांनी अभंगकर्ते ज्ञानेश्वर आणि ज्ञानेश्वरीकर्ते ज्ञानेश्वर वेगळे असे प्रतिपादन केले. या प्रतिपादनाचा उत्तरपक्ष भिंगारकरबुवांनी केला. भिंगारकरबुवांना टिळकांचे सर्व साहाय्य लाभले. न. चिं. केळकरांनी असे म्हटले आहे की, ''प्रथम लेख दुरुस्त करून देणे, नंतर त्याला टिपा जोडणे, नंतर अधिक मजकुराची पुस्ती जोडणे, त्यानंतर एखादा भाग स्वत: सबंध निराळाच लिहून देणे, असे होता होता शेवटी स्वत:च्या माहितीची भर घालून प्रकरणेच्या प्रकरणे टिळकांनी लिहिली; पण मूळ कल्पना वा निबंधरचनेचा सांगाडा बुवांचा असल्यामुळे टिळकांचे लेखदान गुप्तच राहिले.''[३२]

भिंगारकरबुवा हे त्या काळचे एक मोठे विद्वान होते. त्यांच्यासंबंधीचे राजवाडेंचे मत वर उद्धृत आहेच. गीतारहस्यातील कल्पनांबाबत बोवांची व आपली चर्चा होत असल्याचे स्वत: लोकमान्यांनीच नमूद केलेले आहे. हा ग्रंथ पाहण्यास बोवा जिवंत नाहीत याबद्दल त्यांनी दु:खही व्यक्त केले आहे.[३३] इ.स. १८८२मध्ये दक्षिणा प्राइज कमिटीने ज्ञानदेवांच्या उत्कृष्ट चरित्रलेखकास तीनशे रुपयांचे बक्षीस जाहीर केले होते. त्यासाठी कमिटीकडे चार ग्रंथ आले. त्यातील भिंगारकरबुवांच्या ग्रंथास पहिले बक्षीस मिळाले होते.

वारकरी संप्रदायाचे एक अध्वर्यु विष्णूबुवा जोग यांचा आणि लोकमान्यांचा चांगला स्नेह होता. जोगमहाराजांच्या निधनानंतर भरलेल्या दुखवट्याच्या सभेचे टिळक अध्यक्ष होते. ते म्हणाले, ''वारकरी संप्रदायाचा शिवाजीच्या वेळी स्वराज्याच्या उभारणीस फार मोठा उपयोग झाला होता; तसाच सध्याही आपणास करून घेता येईल.''[३४] थोडक्यात, वारकऱ्यांच्या सामर्थ्याची टिळकांनाही जाणीव होती.

अर्थात असे असले तरीही टिळकांनी ज्ञानेश्वरीला द्यायला हवा होता तितका न्याय दिलेला नाही, असे वाटल्याशिवाय राहत नाही. एकतर ज्ञानेश्वरी हा त्यांना

---

३२. केळकर, न. चिं., *लो. टिळक यांचे चरित्र*, उत्तरार्ध खंड २, पुणे, १९२८, पृ. ४०-४१

३३. टिळक, बा. गं., *गीतारहस्य*, पुणे १९१५, प्रस्तावना, पृ. ६

३४. *लो. टिळक यांच्या आठवणी आणि आख्यायिका*, खंड ३, सं. स. वि. बापट, पुणे, १९२८, पृ. १६७.

मुख्यत्वे पातंजलयोगाचा ग्रंथ वाटतो आणि दुसरे असे की, श्री. भा. पं. बहिरट यांनी निदर्शनास आणून दिल्याप्रमाणे वारकरी संतांविषयी एक प्रकारची आढी त्यांच्या मनात होती.[३५] बहिरटांनी या संदर्भात गीतारहस्यातील पुढील अवतरण दिलेले आहे. ''श्रीकृष्णाच्या मनात अर्जुनास धनुष्यबाणाऐवजी हातात टाळ, मृदंग, वीणा देऊन त्यांच्या गजरात भक्तीने भगवन्नामघोष करत प्रेमानंदाच्या भरात कुरुक्षेत्राच्या धर्मभूमीवर भारतवर्षीय सकल क्षात्रसमाजापुढे बृहन्नडेप्रमाणे पुनश्च नृत्य करण्यास लावण्याचाही भगवंताचा हेतू नव्हता.''[३६]

वेगळ्या शब्दांत सांगायचे झाले तर असे म्हणता येईल की, टिळकांचे ज्ञानेश्वरीचे आकलन पर्याप्त नव्हते. कदाचित असेही असेल की टिळकांना त्यासंबंधी पुरेशी सहानुभूती नव्हती.

या संदर्भात केळकरांची साक्ष काढणे उपयोगी ठरेल. केळकर म्हणतात, ''मराठी वाङ्मयाचे (टिळकांचे) वाचन फारच थोडे होते, असे म्हटले तरी चालेल. *गीतारहस्या*मध्ये जरी दासबोध, तुकाराम किंवा ज्ञानेश्वरी यांतील अवतरणे आली असली तरी यांपैकी कोणत्याही ग्रंथाचा सूक्ष्म अभ्यास त्यांनी केला नव्हता.''[३७]

केळकरांच्या असल्या अभिप्रायामुळेच टिळकांनी ज्ञानेश्वरी नीट वाचली असती तर त्यांनी गीतारहस्य वेगळ्या पद्धतीने लिहिले असते असे म्हणायला सोय सापडली आहे. परंतु टिळकांच्या वारकऱ्यांबद्दलच्या ज्या दृष्टिकोनाबद्दल बहिरटांनी नापसंती व्यक्त केली आहे, त्याच्या मागचे आणखी एक कारण समजून घ्यायला हवे. टिळकांना, धार्मिक क्षेत्रात नेतृत्व करणाऱ्या मंडळींनी पुढे यावे व आधुनिक पद्धतीने विचार करून समाजाचे, राष्ट्राचे नेतृत्व करावे, असे वाटत होते. त्यासाठी त्यांनी प्रयत्नही केले होते; पण त्यांच्या पदरी निराशा आली. काशीचे दक्षिणामूर्ती स्वामी यांना त्यांनी तसे सुचवून पाहिले; पण उलट स्वामींनीच टिळकांना संन्यास घेण्याचा सल्ला दिला.[३८]

वारकरी संप्रदायातील टिळककालीन आणखी एक विद्वान विनायकबुवा साखरे हे उपरोक्त दक्षिणामूर्ती स्वामींचे शिष्य, शिवाय ते वेदान्ती विचारसागर परंपरेतले. त्यांनाही टिळकांनी 'धार्मिक विषयावर स्वदेशाचे कल्याण करण्यासाठी लोकांत

---

३५. बहिरट, भा. पं., कासेराव, प. ज्ञा., *वारकरी संप्रदायाचा उदय आणि विकास*, व्हीनस प्रकाशन, पुणे, १९८८, पृ. ३२८

३६. *तत्रैव*, पृ. ३२८

३७. केळकर, न. चिं., *लो. टिळक यांचे चरित्र*, उत्तरार्ध खंड ३, पुणे, १९२८, ९.१४

३८. *लो. टिळक यांच्या आठवणी आणि आख्यायिका*, खंड ३, पृ. ३००

जागृती होईल, अशी व्याख्याने देण्यास सुरुवात करा', अशी सूचना दिली. त्यावर त्यांनी आपणाला टिळकांची ही देशकल्याणाची दिशाच मान्य नाही, असे उत्तर दिले. त्यावर टिळकांची विषादपूर्ण प्रतिक्रिया अशी, 'तर मग तुम्ही आता खांद्यावर पताका घेऊन पंढरीस जाणार आणि वाळवंटात टाळ कुटीत बसणार? हेच का तुमच्या अध्ययनाचे फळ?'

बहिरटांचे गीतारहस्यातील जे वाक्य वर उद्धृत आहे, त्याची ही पूर्व अपेक्षाच आहे. किंबहुना ते वाक्य लिहिताना टिळकांपुढे विनायकबुवांसारखे वारकरीच असले पाहिजेत, असे म्हणायला हरकत नाही. टिळकांना त्यांच्या कार्यात मदत करण्याचे सोडूनच द्या, उलट 'तुम्ही देशोद्धार काय करणार हो? येऊन-जाऊन सरकारी अधिकाऱ्यांच्या अन्यायी वर्तनावर टीका करून लोकप्रिय होणार, यापेक्षा तुमच्या हातात तरी जास्त काय आहे? लोकांत स्वकर्तव्यांची जागृती होईल हे खरे; परंतु नुसती जागृती उत्पन्न होण्याकडे लोकांत कोणतेही सामर्थ्य नसल्यामुळे, ती जागृती सुषुप्तीवत होणार. शिवाय, अधिकाऱ्यांच्या रोषामुळे दुःखात जास्तच भर पडणार.' असा उत्साहभंग करणारा वेदान्त विनायकबुवांनी टिळकांनाच ऐकवला.[३९] याच विनायकबुवांनी पंचहौद चहाग्रामण्याच्या प्रकरणात टिळकांनी प्रायश्चित्त घेतले नाही म्हणून शंकराचार्यांकडे फिर्याद केली होती. टिळकांवर बहिष्कार टाकावा, अशीही मागणी केली होती.

इतिहासाचार्य वि. का. राजवाडे यांचा उल्लेख एकदा येऊन गेलेला आहे. राजवाडेंच्या मतांचा स्वतंत्रपणे विचार केला पाहिजे इतका त्यांचा प्रभाव होता, किंबहुना अजूनही आहे. राजवाडेंची विशेष ख्याती आहे ती त्यांनी केलेल्या संतांच्या कार्याच्या विध्वंसक मूल्यमापनाबद्दल. राजवाडेंच्या या मतांचा निर्देश अद्यापही अधूनमधून होत असतो. संतांच्या ऐतिहासिक कार्याविषयीची राजवाडेंची मते विपर्यस्त असली तरी एक गोष्ट लक्षात ठेवली पाहिजे की, यामागे राजवाडेंची जी भूमिका होती ती पद्धतिशास्त्रीयदृष्ट्या योग्य होती. इतिहास समाजशास्त्रावर उभा असला पाहिजे, असे राजवाडेंचे मत होते. राजवाडेंवर फ्रेंच तत्त्ववेत्ता ऑगस्ट कोंत याचा प्रभाव होता आणि समाजशास्त्र इतिहासावर आधारित पाहिजे, असे कोंतचे मत होते. त्या मताची दुसरी बाजू मांडून राजवाडेंनी एक वर्तुळ पूर्ण केले. राजवाडेंची गफलत एवढीच झाली की, त्यांचे समाजशास्त्रच चुकीचे होते. राजवाडेंना अभिप्रेत असलेले समाजशास्त्र अभिजनवादी होते आणि ऐतिहासिक बदलांचे स्पष्टीकरण करू

---

३९. *तत्रैव*, पृ. १०१-१०२

शकणारे समाजशास्त्र बहुजनवादी असावे लागते. एकट्या रामदासांनी काही विचार मांडले की महाराष्ट्रात लगेच पॉझिटिव्ह युग सुरू झाले, असे राजवाडेंना वाटे. परंतु ऐतिहासिक युगांतराचे जे वाहक सर्वसामान्य लोक, त्यांच्यावर रामदासांचा नेमका प्रभाव किती होता हे राजवाडे विसरतात. वारकरी संस्कृती ही येथील बहुजनांची संस्कृती होती. त्यामुळे इतिहास लिहिताना तो या संस्कृतीच्या अनुषंगानेच लिहायला हवा. अर्थात हे भान राजवाडेंना नंतर येऊ लागले होते; परंतु राजवाडे यांचा मागोवा घेत इतिहासलेखन करणाऱ्या नंतरच्या विद्वानांना याचा पत्ताच नव्हता. इतिहासाचा व समाजशास्त्राचा संबंध लक्षात ठेवून इतिहाससंशोधन व्हायला हवे, हे राजवाडे यांचे मत स्वीकारून उचित समाजशास्त्राची कास मात्र धरायला हवी.

राजवाडे यांच्यासमोर न्यायमूर्ती रानडे आणि राजारामशास्त्री भागवत यांचे विवेचन– विशेषत: महाराष्ट्र-धर्माचे विवेचन होते. मराठी राज्य ही वणव्यासारखी अचानक उपटलेली घटना आहे असे जे डफसारख्यांचे म्हणणे, ते खोडून काढताना रानडे यांनी महाराष्ट्रधर्म या संकल्पनेचा उपयोग केलेला दिसतो आणि मराठी राज्य हा अपघात नसून, त्याची कारणपरंपरा मराठी संतमंडळाच्या कामगिरीशी भिडवता येते, असा त्यांच्या विवेचनाचा रोख दिसतो. भागवत, कीर्तने यांच्या अशाच प्रकारच्या विवेचनांची राजवाडे दखल घेत नाहीत. भागवतांना तर ते अतिशयोक्तिनिष्णात म्हणून उडवून लावतात. त्यांचा प्रधान मल्ल म्हणजे न्यायमूर्ती रानडे.

शिवाजीमहाराजांच्या वेळी झालेल्या राज्यक्रांतीचे मूळ तत्कालीन धर्मसमजुतीत होते, हे रानडे यांचे मत राजवाडेंना मान्य आहे. मात्र न्यायमूर्ती रानडे जी धर्मक्रांती म्हणतात, तिचा वाचक महाराष्ट्र-धर्म हा शब्द नव्हता, असे राजवाडे म्हणतात.[४०] त्यांच्या म्हणण्याप्रमाणे महाराष्ट्र-धर्म म्हणजे रामदासादींचा धर्म होय व तोच सनातन धर्म आहे. ''सनातन धर्माच्या विरुद्ध भक्तिमार्गाचा उदय होऊन मराठ्यांच्या मनाचा कोतेपणा नाहीसा झाला व तेणेकरून चोहोबाजूने स्वतंत्र होण्याची उत्कट इच्छा मराठ्यांच्या मनात बाणली व मराठ्यांनी स्वराज्य स्थापिले, अशी कार्यपरंपरा न्यायमूर्तींनी जोडली आहे; परंतु ती मुळापासून अशास्त्र आहे.'' असे राजवाडे लिहितात.[४१] ''रानड्यांच्या ग्रंथातील हे संतांवरील विवेचन अगदी निराधार आहे व शोधकपणास अयोग्य असे झालेले आहे.'' असे राजवाडे अन्यत्रही म्हणतात.[४२] ज्ञानोबा-तुकोबांच्या या भक्तिपंथाला संताळ्यांचा मार्ग असे राजवाडे यांनी

---

४०. राजवाडे, वि. का., ऐतिहासिक प्रस्तावना, भा.इ.सं.मं., पुणे, १९२८, पृ. २८४

४१. तत्रैव, पृ. २८५

४२. तत्रैव, पृ. ४१९

हिणवलेले आहे व संतांनी महाराष्ट्राला तीन शतके पंगू बनवले, असे राजवाडे यांचे सर्वसाधारण मत आहे.[४३]

परंतु अगोदरच सांगितल्याप्रमाणे राजवाडेंची मते सुसंगत नाहीत, ती बदलत गेलेली दिसतात. उदाहरणार्थ, ''महाराष्ट्रातील प्रजेला संतांनी दोन–अडीचशे वर्षे आर्य समाजात मोठ्या शिताफीने थोपवून धरले व आर्यसंस्कृतीचे संरक्षण केले, तेव्हा आपल्या या देशावर त्यांचे उपकार बिनमोल झाले यात काडीचाही संशय नाही.'' असेही ते एका ठिकाणी म्हणतात.[४४]

ज्ञानेश्वरीच्या संदर्भातील राजवाडेंची महत्त्वाची कामगिरी म्हणजे पाटांगण प्रतीचे प्रकाशन. ही ज्ञानेश्वरी पुढे राजवाडे प्रत म्हणून प्रसिद्धीस आली व वादग्रस्तही ठरली. तिच्या प्राचीनत्वाच्या दाव्याला आव्हान मिळाल्यामुळे राजवाडे यांनी ती नष्ट केली! ऐतिहासिक भाषाशास्त्राच्या दृष्टीने विचार केला, तर राजवाडे ज्ञानेश्वरीची प्रस्तावना ही प्रस्तुत शाखेची सुरुवात ठरली असे म्हणता येईल. पुढे पुढे राजवाडे ज्ञानेश्वरांच्या इतक्या प्रेमात पडलेले दिसतात की, ''ज्ञानेश्वरांचे चरित्र, नाथपंथाची हकीकत, ज्ञानेश्वरांचा वेदान्त, भक्तिमार्गाच्या अनादिसिद्ध व ऐतिहासिक परंपरेचे वर्णन वगैरे अनेक विषयांवर बहुत विवेचन करण्यासारखे आहे. ते ज्ञानेश्वरांचे अस्सल जुने ग्रंथ मिळून छापण्याचा योग आल्यास यथावकाश करता येईल,'' अशी आशाही व्यक्त करतात.[४५]

एकोणिसाव्या शतकातील ज्ञानेश्वरी, ज्ञानेश्वर आणि वारकरी संप्रदाय यासंबंधीच्या वेगवेगळ्या व्यक्तींच्या मतांचा आढावा येथपर्यंत घेतला. त्यांच्यापैकी काही व्यक्ती विसाव्या शतकातही विद्यमान होत्या; परंतु त्यांची वैचारिक भूमिका एकोणिसाव्या शतकातच सिद्ध झालेली होती, म्हणून त्यांचाही समावेश झाला. विठ्ठल रामजी शिंद्यांसारखा विचारवंत विसाव्या शतकात उशिरापर्यंत विद्यमान असल्यामुळे त्यांचा विचार या लेखात टाळला आहे; परंतु शिंद्यांनी भागवत धर्म, ज्ञानदेव, नामदेव, तुकाराम यांच्यासंबंधी महत्त्वाची मते मांडली आहेत, याचा उल्लेख मात्र करायला हवा. महात्मा फुलेंविषयी अपार आस्था असूनही फुलेंनी संतांच्या व ब्राह्मो आणि प्रार्थना समाजाच्या कार्याचे योग्य ते मूल्यमापन केलेले नाही याची नोंद महर्षींनी घेतली आहे. अर्थात त्याबद्दल ते फुलेंना दोष न देता 'हिंदुस्थानचे

४३. तत्रैव, पृ. २८५
४४. राजवाडे लेखसंग्रह, भाग ३, भा.इ.सं.मं., पुणे, शके १८५७, पृ. ११०
४५. राजवाडे, वि. का., ज्ञानेश्वरीची प्रस्तावना आणि ज्ञानेश्वरीतील मराठी भाषेचे व्याकरण, पृ. ११८

मूठभर सुशिक्षित पुढारी आणि खंडवजा अफाट बहुजन समाज यांच्यात असलेल्या दुर्दैवी पडद्याला' जबाबदार धरतात.[४६] ''पहिल्याची भाषा दुसऱ्याला समजत नाही व दुसऱ्याची कळ पहिल्याच्या काळजाला झोंबत नाही. आता कोणी कोणाच्या वंशाला जावे म्हणजे हा भेदक पडदा नाहीसा होईल?'' असा काहीसा अगतिक प्रश्नही ते उपस्थित करतात.[४७]

खुद्द वारकऱ्यांचा विचार केला तर असे दिसते की, वारकऱ्यांमध्ये ज्ञानेश्वरीबद्दल अपार पूज्यबुद्धी असली आणि ज्ञानदेवांना ते माउली मानत असले तरी ज्ञानेश्वरीवर प्रवचने करण्याची पद्धत वारकरी संप्रदायात नव्हती. वारकऱ्यांचे माध्यम म्हणजे कीर्तन. कीर्तनातील अभंगांचे निरूपण करण्याच्या ओघात ज्ञानेश्वरीतील ओव्या घेतल्या जात, अमृतानुभवातील ओव्याही घेतल्या जात. प्रवचन करण्याची पद्धत ही वारकऱ्यांच्या वर्तुळाच्या बाहेरची. ज्ञानेश्वरीचे नित्य पाठ, पारायणे होत असत; पण पारायणे व्यक्तिगत असत, सामुदायिक नसत. ज्ञानेश्वरमहाराजांचे अभंग कीर्तनासाठी, विशेषत: आजरेकरांच्या फडावर घेतले जात. याच फडावर ज्ञानदेवीतील ओव्यांचे अर्थ विठ्ठलपर लावले जात. आजरेकरांचा फड म्हणजे वारकरी संप्रदायाचे जास्तीतजास्त शुद्ध व निर्भेळ स्वरूप. या फडाचे संस्थापक बाबासाहेब आजरेकर गौड सारस्वत असून ते मुळात वासकरांच्या फडात होते; परंतु ज्ञानेश्वरीतील ओव्यांचा ते विठ्ठलपर अर्थ लावतात म्हणून त्यांचे त्या फडातील मातब्बरांशी मतभेद झाले व त्यांनी स्वतंत्र फड निर्माण केला. त्यांच्या पश्चात गोविंदबुवांकडे फडाची धुरा आली. गोविंदबुवा हे लोकहितवादी व रानडे यांचे समकालीन. त्या दोघांनीही गोविंदबुवांचा उल्लेख गोविंद शेणवई म्हणून केलेला आहे. आजरेकर फडाचा कारभार पूर्णपणे लोकशाही पद्धतीने चालतो. फडप्रमुखाची निवड बहुमताने होते. आजवर ब्राह्मण, मराठा, वंजारी, माळी अशा विविध जातीजमातींमधील भक्तभागवतांनी हे पद भूषवले आहे. इतर सर्व फडांना कमीअधिक प्रमाणात 'वेदांचा वारा' लागलेला आहे; निदान वेदान्ताबद्दल एक प्रकारचे आकर्षण आहे. वेदान्ती म्हणवणाऱ्या अर्ध्याकच्च्या विद्वानांबद्दल दबदबा आहे.

वेगळ्या शब्दांत सांगायचे म्हणजे निदान काही मर्यादेपर्यंत तरी वारकरी संप्रदायाची वाटचाल लोकहितवादींनी व्यक्त केलेल्या अपेक्षेच्या आणि वर्तवलेल्या भाकिताच्या उलट दिशेने झालेली आहे. शुद्ध वारकरी अथवा आजरेकरी दृष्टीने विचार

---

४६. *शिंदे लेखसंग्रह,* सं. मंगुडकर, मा. पा., ठोकळ प्रकाशन, पुणे, १९६३, पृ. २४२
४७. *तत्रैव,* पृ. २४२

केला तर, उदाहरणार्थ, ज्ञानेश्वरमहाराज कोणाला अनुसरले, अमृतानुभव मायावादी आहे की नाही असले प्रश्नच उपस्थित होत नाहीत. तेथे शुद्ध भक्तीचे अधिराज्य आहे असले प्रश्न बाहेरून उपस्थित केले जातात. मग ते शांकराद्वैतवाद्यांच्या बाजूने असोत वा विरोधकांकडून असोत. अशा बाहेरच्यांशी वारकऱ्यांचा discourseच शक्य नाही.

त्यामुळे उपरोक्त कालखंडाच्या साधारण अखेरीस ज्ञानदेवांचा *अमृतानुभव* शांकराद्वैतापेक्षा वेगळा आहे, असे हुपरीकरशास्त्रींनी प्रतिपादन केले. पुढे पांडुरंग शर्मांनी त्याचा विस्तार केला, बहिरटांनी ते आधुनिक परिभाषेत मांडले. हे सर्व योग्यच झाले. पण हुपरीकर (आणि खुपेरकरही) वारकरी परंपरेतील नव्हेत. (वारकरी परंपरेच्या बाहेरून ज्ञानदेवांकडे पाहणारे पुष्कळदा एकट्या ज्ञानदेवांना इतर संतांपासून अलग करून विचार करतात, हे लक्षात ठेवले पाहिजे.) पांडुरंग शर्मा वारकरी असले तरी त्यांचा भर पांडित्यावर जास्त होता. आणि हुपरीकर–खुपेरकर काय किंवा शर्मा काय, यांचा कल ज्ञानेश्वर हे शंकराचार्यांना न अनुसरणारे, पण एकप्रकारचे वेदान्तीच होत, असे दाखवण्याकडेच होता. भक्तीचे तत्त्वज्ञान हे कोणत्याही प्रकारच्या वेदान्ताला ओलांडून पुढे गेलेले आहे. दुर्दैवाने द्वैताच्या आणि अद्वैताच्या वादात बिचाऱ्या ज्ञानेश्वरमाउलींची विनाकरण ओढाताण झालेली आहे; तशीच ती गेल्या शतकात राष्ट्रवाद्यांच्या आणि सुधारणावाद्यांच्या वादातही झाली होती.

ज्ञानेश्वरी आणि ज्ञानेश्वर यांच्या विसाव्या शतकातील चर्चेची व अभ्यासाची पार्श्वभूमी ही अशी आहे.

१३. संतसाहित्याचे समाजशास्त्रीय अध्ययन

(१)

साहित्याच्या समाजशास्त्रीय अध्ययनाची आवश्यकता स्वतंत्रपणे प्रतिपादित करावी किंवा या अभ्यासाचे समर्थन करावे असे मला वाटत नाही. साहित्याची निर्मिती, आस्वाद आणि समीक्षा या तीनही अंगांवर वेगवेगळ्या सामाजिक घटकांचा कमीअधिक प्रमाणात प्रभाव पडतो, हे सिद्ध करण्याची गरज नाही. त्याचबरोबर, साहित्यव्यवहार हादेखील एक सामाजिक व्यवहारच असल्यामुळे त्याचाही समाजावर काही प्रभाव पडणार हे उघड आहे. साहित्याचे समाजशास्त्र ही अशा प्रकारे साहित्य आणि समाज यांच्यामधील आंतरक्रियेचा आणि परस्परप्रभावाचा अभ्यास करणारी समाजशास्त्राची शाखा आहे. अर्थात व्यावसायिक समाजशास्त्रज्ञांना कदाचित या शाखेचे महत्त्व फारसे वाटत नसल्यामुळे ते इकडे क्वचितच वळतात असे दिसते. त्यामुळे साहजिकच वाङ्मयाचे अभ्यासक आपापल्या आवाक्याप्रमाणे हा अभ्यास करण्याचा प्रयत्न करतात; परंतु पुष्कळदा त्यांची समाजशास्त्रीय पद्धतीवरील पकड पुरेशी घट्ट नसल्याने आणि शास्त्रीय शिस्त व काटेकोरपणाही पुरेसा नसल्याने त्यांचे लेखन निरीक्षणाच्या पातळीवरील ढोबळ सामान्यीकरणाच्या स्वरूपाचे राहते.

मराठी साहित्याच्या संदर्भातील परिस्थिती यापेक्षा काही वेगळी आहे, असे म्हणता येत नाही. एखाद्या केतकरांचा (*महाराष्ट्रीयांचे काव्यपरीक्षण*) अपवाद वगळला तर कोणी व्यावसायिक समाजशास्त्रज्ञ या वाटेला गेला असल्याचे आढळत नाही. या वाटेवरून गेलेली बहुसंख्य मंडळी मार्क्सवादी होती, याची मात्र या ठिकाणी नोंद केली पाहिजे. त्यांत पेंडसे, बेडेकर, सरदार, मुक्तिबोध, शेष इत्यादींचा समावेश होतो. (काही अभ्यासक लोकसंस्कृतीच्या अंगाने साहित्याला भिडलेले दिसतात खरे; परंतु त्यांचे भिडणे हे समाजशास्त्रीय असण्यापेक्षा मानवशास्त्रीय अधिक असते आणि त्यात परत व्यावसायिक प्रशिक्षित शास्त्रज्ञ नसल्यासारखेच.) परिणामतः मराठी साहित्याचे समाजशास्त्रीय अध्ययन मुख्यत्वे मार्क्सवादी पद्धतीनेच झालेले आहे असे दिसते.

मराठी संतसाहित्याच्या क्षेत्रात तर समाजशास्त्रीय अध्ययनाची उणीव डोळ्यांत भरावी (खरे तर खुपावी) इतकी स्पष्ट आहे. व्यावसायिक समाजशास्त्रज्ञ प्राचीन मराठी वाङ्मयाचा अभ्यास कशासाठी करणार? म्हणजे परत तेच. मराठी वाङ्मयाचा इतिहास लिहिणारे अभ्यासक, समाजशास्त्रीय पद्धती आत्मसात न करता जे जुजबी लेखन करणार, ते विश्लेषणात्मक न होता वर्णनात्मक आणि ठोकताळेवजा राहिले तर त्यात आश्चर्य करण्यासारखे काही नाही.

(२)

ऑगस्ट कोंत हा आधुनिक समाजशास्त्राचा प्रवर्तक मानला जातो. कोंतने एक महत्त्वाची बाब सांगितली, समाजशास्त्राची पद्धती ऐतिहासिक असली पाहिजे. मार्क्सला कोंतविषयी आदर नव्हता; पण इतिहासाची पद्धती समाजशास्त्रीय असली पाहिजे, असे सूचित करून त्याने जणू एक वर्तुळ पूर्ण केले. साहित्याच्या आणि ज्ञानाच्या समाजशास्त्राचा गंभीरपणे विचार करणाऱ्या ल्युसियन गोल्डमनने (The Human Sciences and Philosophy) इतिहास आणि समाजशास्त्र यांच्यामधील अतूट नात्यावर अचूक बोट ठेवून मानवी वास्तवाचा अभ्यास करणारे शास्त्र ऐतिहासिक समाजशास्त्र किंवा समाजशास्त्रीय इतिहास असले पाहिजे; कारण प्रत्येक ऐतिहासिक वस्तुस्थिती ही सामाजिक असते व प्रत्येक सामाजिक वस्तुस्थिती ही ऐतिहासिक असते, असे ठाम प्रतिपादन केले. परंतु समाजशास्त्राने ऐतिहासिक पद्धतीचा उपयोग करावा आणि इतिहासाने समाजशास्त्रीय पद्धतीचा उपयोग करावा, हे पद्धतिशास्त्रीय सूत्र केवळ आकारिक आहे. प्रश्न उपस्थित होतो तो वेगवेगळ्या इतिहाससंशोधन पद्धतींपैकी आणि समाजशास्त्रीय पद्धतींपैकी नेमकी कोणती पद्धती वापरायला हवी? उदाहरणार्थ, कोंत हा अनुभववादी (positivist) पद्धतीचा पुरस्कर्ता होता; तर मार्क्स द्वंद्वात्मक भौतिकवादी पद्धतीचा पुरस्कर्ता होता आणि याप्रमाणे इतरही अनेक पद्धती अस्तित्वात आहेत.

(३)

आपल्यापुरते बोलायचे झाले तर असे सांगता येईल की, सुरुवात तर चांगली झाली होती. मराठी इतिहासाचे विश्लेषण करताना न्या. रानडे यांनी जेव्हा महाराष्ट्र– धर्माची संकल्पना मांडली, तेव्हाच ते व्यक्तिकेंद्रित इतिहासलेखनपद्धतीच्या पलीकडे जाऊन समाजशास्त्रीय पद्धती वापरू पाहत होते. इतिहासाचार्य राजवाडे यांनी स्पष्टपणे ऑगस्ट कोंतच्या अनुभववादी समाजशास्त्रीय पद्धतीचा पुरस्कार आणि अवलंब

करण्याचा प्रयत्न केला. इतकेच नव्हे, तर मार्क्सवादी अंतर्दृष्टीच्या ते जवळ पोहोचले. किंबहुना म्हणून तर कॉ. डांग्यांपासून अनेक मार्क्सवाद्यांना राजवाडेंचे आकर्षण वाटले. परत एकदा आपल्याला प्रस्तुत असलेल्या विषयाच्या संदर्भात विवेचन करायचे म्हटले तर असे दिसते की, मराठी कादंबरीवर लिहिताना राजवाडे समाजशास्त्रीय पद्धतीने आधुनिक वाङ्मयाची चिकित्सा करत होते; तर वारकरी संत आणि रामदास यांच्यासंबंधी लिहिताना त्यांनी संतसाहित्याच्या संदर्भात समाजशास्त्रीय पद्धतीचा अवलंब केला. तिथे त्यांचे प्रतिद्वंदी महाराष्ट्र–धर्माच्या संकल्पनेचा उपयोग करणारे न्यायमूर्ती रानडेच होते, हे वेगळे सांगायला नको.

राजवाडेकालीन महाराष्ट्रातीलच काय; परंतु भारतातील नवशिक्षित पिढ्यांवर कोंतच्या (आणि अर्थातच मिल–स्पेन्सरच्या) विचारांचा प्रभाव पडला होता. भारत पूर्वेला असल्यामुळे तेथे सूर्योदय युरोपच्या आधी होणार हे भौगोलिक सत्य आहे; पण विचारांच्या बाबतीत मात्र आपण एक–दोन पिढ्या मागेच असायला हवे! मार्क्सला कोंतचा तिटकारा होता, याचा उल्लेख अगोदर येऊन गेलेला आहे. याशिवाय डिल्थी आणि शेलर यांनीही कोंतच्या अनुभववादी विचारांच्या मर्यादा दाखवून दिल्या होत्या. आपणाकडे मात्र लोकमान्य टिळकांसारखा एखादा अपवाद सोडला, तर अनेक विद्वान आणि सुधारक कोंतची पद्धती श्रेष्ठ मानत होते.

कोंतने धार्मिक (आधिदैविक), आध्यात्मिक आणि आधिभौतिक अशा तीन विचारपद्धती सांगितल्या आणि हाच त्यांचा ऐतिहासिक विकासक्रम आणि श्रेष्ठताक्रमही असल्याचे सांगितले. वास्तविक हा क्रम ऐतिहासिक तर नाहीच; परंतु येथे श्रेष्ठाश्रेष्ठतेचा प्रश्नही उपस्थित होत नाही. इतकेच नव्हे; तर ज्ञानाच्या क्षेत्रात केवळ पश्चिम युरोपातील तीन शतकांत झालेल्या प्रगतीचे सार्वत्रिकीकरण करून कोंतने ते सर्व मानवजातीच्या इतिहासावर नियम म्हणून आरोपित केले, असे शेलर म्हणतो.[१] (या संदर्भात शेलरने भारतामधील वेगळ्या विचारपद्धतीचा मुद्दाम निर्देश केलेला आहे हेही येथे नमूद केले पाहिजे.) कोंतच्या प्रभावाखाली आलेल्या राजवाडेंनी इतिहासाची पद्धत समाजशास्त्रीय असायला हवी हे जरी बरोबर हेरले, तरी ते समाजशास्त्र कोंतचेच असले पाहिजे असे वाटण्यात मात्र त्यांची गफलत झाली. त्यांच्या मिथकप्राय दबदब्यामुळे ही गफलत महाराष्ट्रातील इतिहासलेखनास चांगलीच भोवलीही. कोंतची (पश्चिम) युरोपकेंद्रित पद्धती त्यांनी एकूणच आर्यांच्या

---

१. Scheller, max, 'On the Positivist Philosophy of the History at Knowledge and the Law of Three Stages' in *The Sociology of Knowledge eds*, Curtis and Petras, Duckworth, London, 1982.

आणि विशेषत: महाराष्ट्राच्या इतिहासाला लागू करण्याचा प्रयत्न केला; परंतु हा प्रयत्न करताना त्यांनी आर्यश्रेष्ठत्व, चतुर्वर्ण्य समाजरचनेचे वैज्ञानिकत्व, वैदिक धर्माचा मोठेपणा आणि अनुषंगाने अवैदिक धर्मांचा, प्राकृत भाषांचा हलकेपणा, स्त्रीशूद्रादींचा हीनपणा अशी पारंपरिक गृहीत कृत्ये मात्र सोडली नाहीत. उलट त्यांचे समर्थन करण्यासाठी कोंतच्या पद्धतीचा वापर केला. वृत्तीने सनातनी आणि पद्धतीने आधुनिक असे एक चमत्कारिक रसायन राजवाडेंच्या रूपाने पुढे आले.

एका बाजूला शेलरसारखा पाश्चात्त्य विचारवंत भारतीय विचारपद्धतीचे एकमेवत्व सांगतो; तर दुसऱ्या बाजूस राजवाडे, रामदास हे कसे 'पॉझिटिव्हिस्ट' होते हे समजावून देण्याचा प्रयत्न करतात, ही मोठीच मौज म्हटली पाहिजे. राजवाडे म्हणतात त्याप्रमाणे रामदासांनी राजकीय विचार मांडले असले आणि राजकीय कार्यही केले असले तरी त्याचा अन्वयार्थ लावण्यासाठी रामदासांना 'पॉझिटिव्हिस्ट' ठरवण्याची काय गरज आहे हे समजत नाही. रामदासांच्या लिखाणातही अवैज्ञानिक कल्पना पुरेशा सापडतात; परंतु राजवाडेंना येनकेनप्रकारेण रामदासांचे वेगळेपण जास्तीतजास्त उठून दिसायला हवे होते आणि इतर संतांना रामदासांच्या तुलनेत लहान ठरवायचे होते. साहजिकच समाजशास्त्रीय पद्धतीचे महत्त्व ओळखूनही राजवाडे वाया गेले, असेच खेदाने म्हणावे लागते.

(४)

राजवाडेंना मार्क्सचे लिखाण वाचण्याची संधी मिळाली नाही (कारण ते तेव्हा उपलब्ध नव्हते); परंतु तरीही त्यांनी प्रतिभेच्या जोरावर मार्क्सवादी इतिहासमीमांसेशी जवळीक साधली. त्यांना मार्क्सचे लिखाण वाचायला मिळते तर ते मार्क्सवादीच बनते; अशा आशयाचे विचार कॉ. डांगे यांनी राजवाडेंच्या *भारतीय विवाहसंस्थेचा इतिहास*च्या प्रस्तावनेत व्यक्त केलेले आहेत. राजवाडेंनंतर हळूहळू मार्क्सचे लिखाण येथे उपलब्ध होऊ लागले आणि मार्क्सवादी द्वंद्वात्मक भौतिकवादी पद्धतीने येथील मार्क्सवादी अभ्यासक विचारही करू लागले. अभ्यास करून लिहू लागले. परिणामत: वाङ्मयाचा वाङ्मयाच्या बाहेरून सामाजिक (त्यात प्राधान्याने आर्थिक) अंगाने मार्क्सवाद्यांनी जेवढा अभ्यास केलेला आहे व त्यानुसार लिहिलेले आहे; तेवढा अभ्यास अन्य कोणी केलेला नाही व तेवढे अन्य कोणी लिहिलेले नाही. साहजिकच या क्षेत्रातील मार्क्सवादी पद्धतीचा विस्तृत परामर्श घेणे आवश्यक ठरते. अर्थात हा मुद्दा केवळ मार्क्सवादी लिखाणाच्या संख्याबळाचा म्हणजे व्यावहारिक नाही हेही लक्षात ठेवले पाहिजे. खरे तर मार्क्सपूर्वीही साहित्यावर परिणाम घडवणाऱ्या

साहित्यबाह्य घटकांचा विचार युरोपात झाला नव्हताच असे नाही; परंतु एकतर तो प्रदेश, हवामान अशा भौतिक घटकांवरच प्रामुख्याने केंद्रीभूत झालेला होता आणि दुसरे म्हणजे तो पुरेसा पद्धतशीर आणि औपपत्तिक नव्हता. मार्क्सने पहिल्यांदाच ज्याला खऱ्या अर्थाने सामाजिक म्हणता येईल अशा घटकांवर लक्ष दिले आणि तेही पद्धतशीर आणि सोपपत्तिक रीतीने. या संदर्भात मार्क्सने आयडियॉलॉजीची, वैचारिकतेची जी उपपत्ती मांडली ती इतकी प्रभावी ठरली की, मार्क्सोत्तर युरोपीय ज्ञानाचे समाजशास्त्र आणि साहित्याचे समाजशास्त्र वैचारिकता या संकल्पनेच्या संदर्भातच विकसित झाले. म्हणजे या दृष्टिकोनातून मार्क्सवादी मीमांसेला टाळून पुढे जाता येत नाही.

मार्क्सपूर्व इतिहासमीमांसा एका बाजूला व्यक्तिकेंद्रित आणि दुसऱ्या बाजूला विचारकेंद्रित होती. इतिहास घडवण्याचे कार्य समाजातील लोकोत्तर व्यक्ती करतात आणि विचार किंवा कल्पना इतिहासाला गती देऊ शकतात, अशी तेव्हा समजूत होती. मार्क्सने लोकोत्तर व्यक्तींना इतिहासाचे केवळ वाहक बनवले. इतिहास हा समाजाचा म्हणजे समाजातील आर्थिक वर्गाचा असतो असे सांगितले. त्याचप्रमाणे इतिहासातील मानव घडवण्याचे कार्य विचार करत नसून, विचार हे मानवाच्या उत्पादनपद्धतीमधून भौतिक जीवन जगताना निसर्गाशी केलेल्या अंतर्व्यवहारांमधून निष्पन्न होतात, असेही त्याने निदर्शनास आणले. (या सिद्धान्ताचे स्पष्ट प्रगटन त्याने त्याच्या *German Ideology* या ग्रंथात केलेले आहे.) या संदर्भात त्याने वापरलेले पाया आणि इमारत (base and superstructure) हे प्रारूप (model) प्रसिद्ध आहे.

मानवी जीवनातील भौतिक आणि वैचारिक (material and ideological) घटक वेगळे करून मार्क्सने असा दावा केला की, मानवी समाजाच्या एकूण वास्तूचा पाया आर्थिक, भौतिक असून वैचारिकता हा त्यावरील इमला आहे. वैचारिक इमल्याचे स्वरूप आर्थिक पायाने नियंत्रित केले जाते. मुळात वास्तू हेच एक प्रारूप म्हणून वापरले गेल्यामुळे पाया आणि इमला यांच्यातील संबंध स्पष्ट करताना मार्क्सला वेगवेगळ्या उपमांचा उपयोग करावा लागणे स्वाभाविक होते. अर्थात त्यामुळे आर्थिक आणि वैचारिक यांच्यातले संबंध कार्यकारण, प्रतिबिंबन, नियंत्रण, मर्यादीकरण असे वेगवेगळ्या प्रकारचे असल्याचे अर्थ काढायला वाव मिळतो. प्रचलित उत्पादनपद्धती हा भौतिक पाया आणि त्याला अनुरूप असे वैचारिक व्यवहार (जसे, धर्म, तत्त्वज्ञान, नीती, साहित्य इत्यादी) यांच्यातील संबंध स्पष्ट करताना मार्क्सने वैचारिकतेबद्दल असा सिद्धान्त मांडला की, वैचारिकता आर्थिक पायाशी अनुरूप असल्याने हा आर्थिक पाया म्हणजे प्रचलित उत्पादनपद्धती आहे अशीच कायमची टिकेल, असे

स्वरूप वैचारिकतेने धारण केलेले असते. म्हणजे आर्थिक हितसंबंधांचे वास्तविक रूप झाकळले जावे अशीच वैचारिकता निर्माण होत असते. वैचारिकता हे क्षेत्र ज्ञानाचे खरे; पण तेथे जे ज्ञान निष्पन्न होते ते नेहमी विपरीत असते. शोषकवर्गाला समर्थन देणारे असते. धर्म हे या विपरीततेचे टोक होय. धर्म एकूणच वास्तूला आध्यात्मिक वलय देतो आणि ऐहिक आणि पारलौकिक, पृथ्वी आणि स्वर्ग यांच्या संबंधांचे उफराटे चित्र उभे करतो.[२]

(५)

साहित्यव्यवहार हा या वैचारिक इमल्याचाच एक भाग आहे असे मार्क्स मानतो. त्यामुळे मार्क्सवादी साहित्यमीमांसा कोणतेही साहित्य आर्थिक पायामुळे, प्रचलित उत्पादनपद्धतीमुळे कसे नियंत्रित झालेले आहे, त्याच्यात आर्थिक पायाचे प्रतिबिंब कसे पडले आहे, त्यामुळे प्रस्थापित शोषकवर्गाच्या हितसंबंधांचे रक्षण कसे होते इत्यादी बाबी स्पष्ट करण्याचा प्रयत्न करते. हा एक प्रकारचा सामाजिक नियतत्त्ववाद (social determinism) असून त्यामुळे लेखकाच्या सर्जनशील प्रतिभेला वाव मिळत नाही, तिच्यावर अन्याय होतो, अशी तक्रार करण्यात येते. विशेष म्हणजे हे तक्रारखोर मार्क्सवादाचे विरोधकच असतात असे नाही. लुकाश किंवा गोल्डमन यांच्यासारख्या मार्क्सवादी म्हणवणाऱ्यांनीही या नियतत्त्ववादाला विरोध केलेला आहे. अर्थात त्यासाठी त्यांना मार्क्सवादाचा वेगळ्या प्रकारचा अन्वयार्थ द्यावा लागला, हेही लक्षात ठेवले पाहिजे.[३]

लुकाश किंवा गोल्डमन हे काही मार्क्सवाद्यांच्या अधिकृत गोतावळ्यातले विचारवंत नव्हेत. उलट त्यांनी (व मार्क्सच्या अगोदरच्या मानवतावादी लेखनावर भर देणाऱ्या इतरांनीही) मार्क्सच्या अनुभववादी वैज्ञानिक शिस्तीत चिद्वादी घटक घुसवून मार्क्सचेच हेगेलीकरण करण्याचा प्रयत्न केला; असाच अधिकृत मार्क्सवाद्यांचा दावा असतो. परंतु विशेष बाब अशी आहे की, मार्क्सवादाला काटेकोर शिस्तीच्या संरचनावादी (structurlist), अमानवतावादी विज्ञानाचे स्वरूप देण्याचा जास्तीतजास्त प्रयत्न ज्याने केला त्या अल्थुझर या मार्क्सवाद्यानेही पाया- इमला प्रारूपात दुरुस्त्या- आणि त्याही मार्क्सच्याच आधारे सुचवल्या आहेत. मार्क्सने,

---

२. हा मुद्दा मार्क्सच्या *The Critique of Hegel's Philosophy of Right*, या पुस्तकात आलेला आहे. मार्क्सचे हे अर्थविषयक विवेचन फायरबाखला अनुसरून झालेले आहे.

३. पाहा, लुकाशचे *History and Class Consciouness*, तसेच गोल्डमनचे *The Hidden God.*

विशेषत: त्याच्या *Grundrisse* या ग्रंथात आशियाई उत्पादनपद्धती (AMP) ही संकल्पना मांडून युरोपकेंद्रित विचारपद्धतीतून बाहेर पडण्याचा मार्ग दाखवून दिलेला होता. त्याला अनुसरून अल्थुझरने असे दाखवण्याचा प्रयत्न केला की, रशिया, चीन इत्यादींसारख्या आशियाई देशांमध्ये राज्यसंस्थेचे कार्य युरोपीय देशांतील राज्यसंस्थांप्रमाणे केवळ वैचारिक दमनाचे हत्यार (apparatus of ideological repression) असे नसून तेथे राज्याने उत्पादनपद्धतीत प्रत्यक्ष योगदान केलेले आहे. शेती हा मध्ययुगीन आशियाचा मुख्य उत्पादनस्रोत असून राज्याने पाणीपुरवठा व्यवस्थेचे काम (तलाव व कालवे खोदून आणि त्यांची निगा राखून) केलेले आहे.[४] परंतु याचा अर्थ असा झाला की, एरवी वैचारिकतेचा भाग असलेल्या राज्यसंस्थेला आता थेट आर्थिक पायात जाण्याची जणू संधी मिळाली!

जी गोष्ट राज्यसंस्थेबाबत खरी आहे, तीच 'धर्म' या आणखी एका वैचारिकतेचा भाग असलेल्या घटकाच्या संदर्भात खरी असल्याचे अल्थुझरच्याच आधारे दाखवता येते. उत्पादनपद्धती टिकवून ठेवायची असेल तर त्यासाठी प्रचलित उत्पादनसंबंधांची परत परत नव्याने निर्मिती करावी लागते. हे काम धर्म करतो, शांततामय मार्गाने करतो, असे अल्थुझरचे मत आहे.[५] थोडक्यात सांगायचे म्हणजे अधिकृत विज्ञानवादी, अनुभववादी मार्क्सवादाप्रमाणे वैचारिकतेत मोडणारा आणि म्हणून केवळ समर्थनाचे आणि विपरीत दर्शनाचे काम करणारा एक घटक उत्पादनशक्तीशी आणि दुसरा एक घटक उत्पादनसंबंधांशी प्रत्यक्ष संबद्ध असल्याचे दाखवून अल्थुझरने खरे तर पाया–इमला हे प्रारूपच संशयास्पद करून टाकले. अर्थात आपल्या येथील मार्क्सवादी अभ्यासकांनी त्याची फारशी दखल घेतली नाही. ते आपले धर्म ही अफूची गोळी असल्याचे पालुपदच परतपरत आळवत राहिले.

(६)

भारतीय उत्पादनव्यवस्थेचा विचार केला तर तिच्या स्पष्टीकरणासाठी अल्थुझरची सुधारित मांडणी ही पुरी पडत नाही, असे प्रस्तुत लेखकाचे मत आहे. त्यासाठी

---

४. ब्रिटिश राज्यकर्त्यांनी भारतातील पारंपरिक पाणीपुरवठापद्धतीकडे दुर्लक्ष केले आणि त्यामुळे वारंवार दुष्काळ पडतात असे मार्क्स सांगतो; तर मिल मात्र ब्रिटिशांनी तिकडे लक्ष दिले, त्याची काळजी घेतली असे सांगतो!

५. Althusser, Louis, *Essays on Ideology,* Verso, New York, 1976

६. पाहा, प्रस्तुत लेखकाने दक्षिण गुजरात विद्यापीठ, सुरत येथील सामाजिक विज्ञान केंद्रास सादर केलेला *Religion and Caste : A Socio-Historical Perspective* हा निबंध, १९९२.

IMP (Indian Mode of Production) या नव्या संकल्पनेची आवश्यकता आहे.[६] भारतामध्ये अस्तित्वात असलेली वर्णव्यवस्था आणि जातिव्यवस्था यांचा उत्पादनव्यवस्थेशी साक्षात संबंध होता. जवळजवळ प्रत्येक जात ही विशिष्ट व्यवसायाशी वा उत्पादनाशी निगडित केली गेली होती आणि विशेष म्हणजे जातिव्यवस्थेला ईश्वरी अधिष्ठान आणि धार्मिक प्रतिष्ठा व समर्थन देण्याचे काम धर्माने केलेले होते. थोडक्यात सांगायचे म्हणजे जातिव्यवस्था ही धार्मिक समर्थन आणि दैवी अधिष्ठान लाभलेली एक प्रकारची उत्पादनव्यवस्थाच होती; आणि या व्यवस्थेचे संरक्षण करण्याचे कार्य राजसत्तेने कर्तव्य म्हणून करायचे, असा संकेतही ठरून गेला होता. म्हणजेच तो कायदा झाला होता. (विकर्म म्हणजे आपल्या जातीशी/वर्णाशी विसंगत असे कर्म आणि आपल्या राज्यात जर कोणी विकर्मस्थ असेल तर त्याला राजाने दंड द्यावा, असे संकेत महाभारतात ठायीठायी मिळतात.) भारतातील धर्म आणि अर्थव्यवस्था यांच्यामधील संबंधाची दखल खुद्द वेबरसारख्या समाजशास्त्रज्ञाने घेतलेली आहे हे येथे मुद्दाम नमूद करायला हवे.[७]

धर्माचा या ठिकाणी उल्लेख करण्याचे आणखी एक कारण म्हणजे संतसाहित्य हे मुख्यत: धार्मिक साहित्य आहे; पण खरा मुद्दा असा आहे की, लौकिक–आर्थिक जीवन आणि धर्म या दोन गोष्टींची भारतामध्ये इतकी विलक्षण सरमिसळ झालेली होती की, त्यात पाया आणि इमला असा भेद केवळ आत्यंतिक अमूर्तीकरणाच्या पातळीवरच शक्य आहे. काळ्या–पांढऱ्या पट्ट्यांनी युक्त असलेल्या झेब्रा या प्राण्याचे काळा झेबा व पांढरा झेब्रा असे दोन प्राण्यांत अमूर्तीकरण करण्यासारखेच हे अमूर्तीकरण आहे.

मानवी समाजजीवनाचे भौतिक–आर्थिक अथवा औत्पादनिक आणि वैचारिक/आत्मिक असे दोन भाग पडतात, ही गोष्ट प्रकर्षाने जाणवून देण्याचे श्रेय कार्ल मार्क्सला दिलेच पाहिजे. प्रश्न उरतो तो या दोन अंगांमधील परस्परसंबंधाचा. आर्थिक घटकाला वास्तव पाया मानून वैचारिकतेला विपरीत ज्ञानात्मक भ्रम मानायचे हा पक्ष फारसा टिकत नाही, हे खुद्द मार्क्सवादाच्याच अंतर्गत झालेल्या चर्चेवरून स्पष्ट होते, असे वर दाखवलेले आहे. एकतर वैचारिकता ही उफराटी किंवा विपरीत दृष्टी असून ती प्रस्थापितांचे समर्थन करते असे मार्क्सवादाला अभिप्रेत असले, तरी वैचारिकता हे काही ठरावीक हितसंबंधितांनी रचलेले कारस्थान किंवा कट आहे असे मार्क्सने कोठेही म्हटलेले नाही. उलट वैचारिकता ही स्वाभाविक किंवा

---

७. Weber, Max, *The Religion of India,* The Free Press, New York.

नैसर्गिक बाब असल्याचे त्याचे मत असावे, असेच त्याच्या लिखाणावरून जाणवते. (या संदर्भात वेदान्त्यांच्या अध्यास या संकल्पनेशी वैचारिकतेची तुलना करण्याचा मोह होतो.) पॉल रिकर या घटितार्थवाद (Phenomenology) आणि अन्वयार्थशास्त्र (Hermeneutics) या दोन संप्रदायांचा मेळ घालू इच्छिणाऱ्या तत्त्वज्ञाने असे दाखवून देण्याचा प्रयत्न केलेला आहे, की विपरीत दर्शन (distortion) हे वैचारिकतेचे एक नकारात्मक कार्य आहे.[८] परंतु अन्य भावात्मक कार्ये केल्याशिवाय हे नकारात्मक कार्य सुरूसुद्धा होऊ शकत नाही. मार्क्सवादी अभ्यासकांनी वैचारिकतेला नकारात्मक भूमिकेतूनच अधिक पाहिले असल्याचे जाणवते. मार्क्सवादी साहित्यमीमांसा त्याला अपवाद नाही.

(७)

कोणताही समाज निर्माण होतो (म्हणजे अगदी त्याचा भौतिक–आर्थिक पाया घातला जातो असे म्हटले तरी चालेल) तेव्हापासून तो वैचारिकतेने युक्त असतो. भौतिक आणि आत्मिक असा जो भेद करण्यात येतो तो अभ्यासाच्या सोयीसाठी आणि अधिक स्पष्टतेसाठी. एरवी वास्तवात वैचारिकतेशिवाय आत्मिक घटकाच्या निपरेक्षपणे नांदणारा भौतिक घटक कोठेही सापडणार नाही. खरे तर एकाच मानवी वास्तवाची ही दोन अंगे आहेत. त्यांचा एकमेकांशी असलेला संबंध अत्यंत जटिल व व्यामिश्र अशा प्रकारचा असतो. त्याला कार्यकारण, बिंब–प्रतिबिंब, नियामक–नियंत्रित असे काही समजणे हे सरलीकरण होईल. उभ्या आणि आडव्या धाग्यांनी गुंफलेल्या वस्त्राप्रमाणे मानवी संस्कृतीचे वस्त्र भौतिक आणि आत्मिक घटकांनी बनलेले आहे. ते एकमेकांना अनुरूप असून एकमेकांना तोलून धरतात. संस्कृती निरोगी आणि प्रगमनशील असेल, तर एका घटकात झालेल्या बदलाला अनुरूप असा बदल दुसऱ्या घटकात घडून येतो व एक प्रकारचे समायोजन व समतोलीकरण होते. भौतिक घटक हा वैचारिक घटकाचे कारण नसल्यामुळे एकाच प्रकारच्या उत्पादनव्यवस्थेत पर्यायी वैचारिकता निर्माण होतात; परंतु जी उत्पादनव्यवस्थेशी अधिक अनुरूप असेल ती टिकते. त्याचप्रमाणे नवीन किंवा वेगळी उत्पादनव्यवस्था अथवा भौतिक जीवनपद्धती वेगळ्या प्रकारच्या वैचारिकतेची अपेक्षा करते. हा संबंध द्वंद्वात्मक आहे.

---

८. Ricoeur, Paul, *Hermeneutics and Human Sciences,* Cambridge University, 1981.

(८)

भारतीय उत्पादनव्यवस्था ही जातिव्यवस्थेशी निगडित असलेली उत्पादनव्यवस्था होती, याचा उल्लेख वर आलेला आहेच. या व्यवस्थेत अनेक वैचारिकता उत्पन्न होणे यात अस्वाभाविक काहीच नव्हते. मात्र ऐतिहासिक तथ्य असे आहे की, जी वैचारिकता जातिव्यवस्था मोडायला उद्युक्त झाली, ती येथे टिकू शकली नाही. बौद्धांना हद्दपार व्हावे लागले, जैनांना तडजोड करावी लागली, इतकेच नव्हे; तर नव्याने आलेल्या मुसलमानांना या व्यवस्थेशी इतके जमवून घ्यावे लागले, की मुसलमानांच्यातच जाती निर्माण झाल्या. शक, हूण, ग्रीक इत्यादी बाहेरून आलेली मंडळी तर या व्यवस्थेने गिळंकृत करून टाकली. जातिव्यवस्था मोडण्याची प्रक्रिया ब्रिटिश काळात सुरू झाली याचे कारण ब्रिटिशांनी भारतात नव्या प्रकारची यंत्राधिष्ठित उत्पादनव्यवस्था आणली. भारतातील ग्रामप्रधान आर्थिक रचनाच त्यामुळे खिळखिळी झाली. औद्योगिकीकरणामुळे नवी शहरे वसली, नव्या नोकऱ्या निर्माण झाल्या आणि तथाकथित खालच्या जातींना खेड्यांतून स्थलांतर करून शहरांस जाणे शक्य झाले. ही गोष्ट ब्रिटिशपूर्व काळात भौतिकरीत्या शक्य नव्हती. म्हणून जातिसंस्थेविरुद्ध झालेले लढे वैचारिक राहिले. नेहमीचा आक्षेप म्हणजे संतांनी जाती केवळ धार्मिक क्षेत्रात (म्हणजे वैचारिकतेच्या स्तरावर) मोडल्या, प्रत्यक्ष व्यवहारात त्यांनी त्या तशाच ठेवल्या. डॉ. बाबासाहेब आंबेडकरांनी या मुद्द्याचे सूतोवाच केले. अलीकडे यशवंत मनोहर, अरुण कांबळे यांनी हा मुद्दा लावून धरला आहे. मधल्या काळातील सरदारांसारख्या संतसाहित्याकडे सहानुभूतीने पाहणाऱ्या मार्क्सवाद्यांचेही असेच मत होते.

(९)

पण, खोलवर विचार केला असता काय दिसते? एका बाजूला जातिव्यवस्थेवर आधारित भौतिक उत्पादनपद्धती व समाजरचना आणि दुसऱ्या बाजूला तिच्याशी अनुरूप असलेली वेदप्रामाण्याची विचारचौकट. गौतम बुद्धाने वेदप्रामाण्याला विरोध केलाच, शिवाय जातिव्यवस्थेवरही हल्ला चढवला. इतकेच नव्हे, तर ज्या ईश्वराने जातिव्यवस्था निर्माण केल्याचे सांगितले जाई व तिचे समर्थन केले जाई, तो ईश्वरही नाकारला. परंतु हे सर्व करताना तो पर्यायी उत्पादनव्यवस्था देऊ शकला नाही. त्यामुळे साहजिकपणे भौतिक घटक आणि आत्मिक-वैचारिक घटक यांच्यात अंतर्विरोध निर्माण झाला आणि परिणामत: बौद्ध धर्म हा भारतातूनच बाहेर गेला. बौद्ध धर्माच्या पीछेहाटीचे कारण त्याच्यात काही तात्त्विक उणीव होती हे नसून तो

प्रचलित उत्पादनपद्धतीशी विसंगत होता हे आहे. एखादी वैचारिकता जर भौतिक जीवनप्रक्रियेशी संतुलित नसेल, तर समाज ती स्वीकारू शकत नाही; मग भले तत्त्वत: ती कितीही उच्च दर्जाची असो.

बौद्ध धर्माच्या ऱ्हासानंतर वेदप्रामाण्याची विचारचौकट मोडणारे दोन धर्मपंथ निर्माण झाले. त्या दोघांचेही जन्मस्थान महाराष्ट्रच आहे. वीरशैव लिंगायत हा बसवेश्वरांचा आणि महानुभाव हा चक्रधरांचा, असे हे दोन पंथ आहेत. बसवांनी व्यवहारातही जाती मोडण्याचा घाट घातला; परंतु परंपरेने लिंगायत हीच एक स्वतंत्र जात मानून त्यांना एकूण समाजरचनेपासून विलग्न (alienate) केले. खरे तर जात मोडण्याचे सर्वांत प्रभावी साधन म्हणजे आंतरजातीय विवाह; परंतु या विवाहापासून झालेल्या संततीला नव्या मिश्र किंवा संकर जातीचा दर्जा देण्याची यंत्रणा शोधून परंपरेने हे हत्यारही बोथट ठरवले. (ही संतती आईची किंवा वडिलांची जात स्वीकारू शकते, ही कायद्यातील दुरुस्ती अलीकडची आहे.) महानुभावांनीही वेदप्रामाण्य नाकारले. (त्यांनी चक्रधरांच्याच वचनांना श्रुतींचा दर्जा दिला हा मुद्दा वेगळा.) परंतु व्यावहारिक टप्प्यात त्यांचे समाजाशी अभिसरण चालू राहिले; परंतु तरीही त्यांनी धार्मिक विजनवास व अलिप्तता स्वत:होऊन स्वीकारल्यामुळे त्यांच्या तत्त्वज्ञानाचा एकूण समाजावर काही विशेष परिणाम होऊ शकला नाही, हे लक्षात ठेवले पाहिजे. इतकेच नव्हे तर 'सर्वाधमत्व ब्राह्मणत्व' अशी घोषणा करूनही महानुभावांचे बहुसंख्य आचार्य आणि साहित्यकार ब्राह्मणच राहिले. त्यांच्या पंचकृष्णांपैकी खरा (द्वारकेचा) कृष्ण सोडता, इतर चारही कृष्ण ब्राह्मणच आहेत, हे लक्षात घेतले पाहिजे.

मुद्दा एवढाच आहे की, वेदप्रामाण्याची चौकट मोडणाऱ्यांच्या या जातिव्यवस्थेला विरोध करणाऱ्यांच्या वाट्याला (त्यांनी तडजोड केली नाही तर) हद्दपारी, विलग्नता, स्वयंप्रेरित अलिप्तता अशा गोष्टी आल्या आणि जातिव्यवस्थेचा किल्ला अभेद्य राहिला.

वेदप्रामाण्याच्या चौकटीच्या संदर्भात दोन बाबींचा उल्लेख करणे आवश्यक आहे. एक म्हणजे मुळात वीरशैव आणि महानुभाव हे दोन्ही पंथ मुख्यत: वेदविरुद्ध होते, तरी वीरशैवांमध्ये नंतर ब्रह्मसूत्रांवरील श्रीकरभाष्य निर्माण झाले आणि महानुभावांनी गीता आणि चक्रधरोक्ती हे प्रमाण मानले असले आणि धर्मभाषा म्हणून मराठीचा स्वीकार केलेला असला, तरी नंतरच्या काळातील महानुभाव मराठी साहित्यनिर्मिती संस्कृतचा आदर्श डोळ्यांपुढे ठेवून आणि संस्कृतच्या धर्तीवरच झाली. हा खरे तर मूळ उद्दिष्टांचा पराभवच होता. या संस्कृतीकरणामुळेच अनेक ब्राह्मण पंडित महानुभाव पंथाकडे आकृष्ट झालेले दिसतात. एकतर इस्लाम राजसत्तेमुळे अनेक ब्राह्मण

पंडितांना राजाश्रय राहिला नाही आणि वारकरी पंथात पांडित्याला स्थान नाही, अशा स्थितीत आपली बौद्धिक खुमखुमी भागवण्यासाठी ब्राह्मण पंडित महानुभावांकडे गेले नसल्यास नवल. त्यामुळे वारकऱ्यांमध्ये जसे अठरा पगड जातींचे संत आणि साहित्यनिर्माते झाले, तसे महानुभाव पंथात झालेले दिसत नाहीत. तेथे ग्रंथकार आणि आचार्य बहुसंख्येने ब्राह्मण आणि अनुयायी ब्राह्मणेतर, असे चित्र दिसून येते.

दुसरी बाब अशी की, वेदप्रामाण्याबाबत महानुभावांची किंवा वीरशैवांची तात्त्विक वा धार्मिक भूमिका काहीही असो, एकूण समाजजीवनाचे नियंत्रण ज्या कायद्याने होत होते, तो कायदा स्मृतींचाच होता आणि स्मृतींचे प्रामाण्य परत श्रुतींच्या म्हणजे वेदांच्या प्रामाण्यावरच आधारित होते. त्यामुळे त्यांच्या धार्मिक–तात्त्विक आणि लौकिक–व्यावहारिक जीवनात दुभंगलेपणा निर्माण झाला नसता तरच नवल.

(१०)

वारकरी संप्रदायाचा उदय झाला तेव्हा अशा प्रकारची परिस्थिती होती. स्मृतींच्या नियमांचा फटका खुद्द ज्ञानदेवादी भावंडांनाच बसला होता आणि ही व्यवस्था किती घट्ट आहे याचा अनुभव त्यांना आला होता. ती स्वत: आरूढपतिताची अपत्ये असल्याने अनधिकारी आणि बहिष्कृत होती. इतकेच नव्हे; तर इतिहासाचार्य राजवाडे म्हणतात त्याप्रमाणे त्यांची धर्मशास्त्रप्रणीत जात वोट किंवा दोल ही असून वापीकूपखनन हे त्यांचे कार्य होते! त्यांना नाथ पंथाने उदार आश्रय दिला असला तरी नाथ पंथ हा परत सामाजिक विलग्नांचा पंथ होता हे लक्षात घेतले पाहिजे. (नाथ पंथाचे वाढते नैतिक अध:पतन येथे विचारात घ्यायचे कारण नाही. त्याबाबत चक्रधरांपासून कुरुंदकर, गाडगीळांपर्यंत अनेकांनी बरेच काही सांगितले आहे.) ज्ञानदेवादी भावंडे तशाच बहिष्कृत अवस्थेत आत्मानंदात तल्लीन होऊन राहू शकली असती. कदाचित त्यामुळे त्यांचे तात्त्विक आणि धार्मिक स्तरांवर कोणतेही वैयक्तिक नुकसान झालेही नसते; परंतु मग त्यांना समाजावर प्रभाव पाडणारे कार्यही करता आले नसते. अभिसरणासाठी, संवादासाठी आणि तदनुषंगिक प्रभावासाठी सर्वसामान्य विचारचौकट स्वीकारावी लागते, हे ध्यानात घेतले पाहिजे. ज्ञानदेवादी भावंडांमध्येच यासंबंधी बरीच चर्चा किंबहुना वादही झाला असावा, हे नामदेवांच्या 'आदी'वरून स्पष्ट दिसते. वेदप्रामाण्य झिडकारणे तात्त्विकदृष्ट्या कितीही आकर्षक असले तरी व्यावहारिकदृष्ट्या परिवर्तनासाठी ते निरुपयोगी आहे; (नामदेवांच्याच शब्दांत सांगायचे झाले तर ती वाऱ्याबरोबरची हुंब आहे) असा शेवटी निष्कर्ष निघाला आणि त्यानुसार ही भावंडे आपले गेलेले स्थान परत प्राप्त करण्यासाठी पैठणला

रवाना झाली. (त्यांना ब्राह्मण्याचे आकर्षण होते म्हणून नव्हे.) अन्यथा समाजाच्या व कायद्याच्या दृष्टीने ती 'अव्यवहार्य' होती. ज्ञानदेवांची भूमिका लोकसंग्रहाची होती आणि ते अशा रीतीने समाजात न येते तर उदाहरणार्थ चोखा मेळासारख्यांना जे मिळाले तेवढेही हक्क मिळाले नसते. संतांनी व्यवहारात जातिभेद का मोडले नाहीत, असा प्रश्न करणाऱ्यांना समाजशास्त्रच कळलेले नसते. जातिव्यवस्था मोडणे याचा अर्थ प्रत्यक्ष भौतिक जीवनव्यवहारांच्या स्तरावर पर्यायी उत्पादनपद्धती अस्तित्वात आणणे. अर्थात अशी उत्पादनपद्धती ही काही ठरवून अस्तित्वात आणता येत नसते. त्यासाठी एकतर समाजाच्या गरजा आतूनच बदलाव्या लागतात किंवा बाहेरून दबाव यावा लागतो. ब्रिटिश काळात भारत जागतिक भांडवली बाजारपेठेशी जोडला गेला, नवीन उत्पादनतंत्र येथे आले आणि जातिव्यवस्थेविरुद्ध असलेल्या वैचारिकतेला अनुकूल भौतिक परिस्थिती निर्माण झाली; तेव्हाच जातिव्यवस्था प्रत्यक्ष व्यवहारात संपुष्टात येण्याची शक्यता निर्माण झाली.

संतांनी व्यावहारिक पातळीवर जातिव्यवस्थेला हात लावला नाही, ही त्यांची चूक झाली, त्यांनी तो लावला असता तर बरे झाले असते अशी माझी apologitic भूमिका नाही. उलट त्यांनी केले ते योग्यच केले. नाहीतर त्यांच्या वाट्याला एकतर विलग्नता आली असती किंवा त्यांचीच एक वेगळी जात बनली असती; आणि मराठी संस्कृतीचा मुख्य प्रवाह बनून वारकरी संप्रदायाने जो ठसा समाजावर उमटवला, जी जातिभेदाची धार बोथट केली त्यांपैकी काहीच घडले नसते. महाराष्ट्रातील वेगवेगळ्या जातींचे अलुतेदार–बलुतेदारांसह अनेक स्त्रीपुरुष संतांच्या नेतृत्वाखाली एकत्र आले, त्यांनी पंढरीच्या वाळवंटात काल्याच्या निमित्ताने एकमेकांच्या मुखात घास भरवले, ही वस्तुस्थिती कोणीही नाकारू शकत नाही. संतसाहित्यामधून जातिभेदाविरुद्ध, ब्राह्मणांच्या जन्मसिद्ध पावित्र्याविरुद्ध, जन्माधिष्ठित ब्राह्मण्याविरुद्ध, सोवळ्याविरुद्ध इतके काही लिहिले आहे की ते उद्‌धृत करणे अनावश्यक ठरावे. संतसाहित्य ही एक बाजूने ब्राह्मण्याची समीक्षाच आहे, असे म्हटले तरी चालेल. विशेष म्हणजे वैचारिक पातळीवर आपला आवाज उठवताना संतांना ब्रिटिश काळातील सुधारकांप्रमाणे अनुकूल अशी भौतिक परिस्थिती लाभली नव्हती; तसेच त्यांना पाश्चात्त्य शिक्षणप्रणालीमधून नवीन मूल्ये, ज्ञानाच्या नव्या पद्धती वा हत्यारे मिळाली नव्हती. त्यामुळे त्यांना जे काही करायचे होते ते परंपरेच्या चौकटीत राहूनच करावे लागले. मग प्रसंगी त्यांनी वेदांपेक्षा गीतेला जास्त महत्त्व दिले. प्रसंगी वेदप्रामाण्य मानून वेदांचा अर्थ समतेला अनुकूल अशा प्रकारे म्हणजे पारंपरिक अर्थाच्या उलट लावला. तुकाराममहाराजांनी पुरुषसूक्तांतून समतेचा निष्कर्ष काढला. ज्ञानदेवांनी

वेदांवर उघडउघड पक्षपाताचा आरोप केला. बहिणाबाईंनी तर ब्राह्मण्याची चिरफाड करणारी अश्वघोषाची *वज्रसूचि* ही कृती बौद्ध परंपरेतून मराठीत आणली.

वारकरी संप्रदायात सामील झालेले लोक या ना त्या मार्गाने उत्पादनप्रक्रियेशी निगडित असलेले आहेत, हेही विसरता कामा नये. इतकेच नव्हे, तर या संप्रदायाच्या कर्मकांडाचे वेळापत्रक उत्पादनाला बाधा येणार नाही असेच केलेले आहे. भौतिक उत्पादनाला धक्का न लावता श्रमाच्या आणि उत्पादनाच्या व्यवसायांचे उन्नयन करून धार्मिक वैचारिकतेच्या चौकटीत सर्वांना समानता देणारी संतांची चळवळ होती; परंतु त्यामुळे जे भेदाभेद उरतात ते केवळ एक व्यावहारिक सोय म्हणून. त्यामागचा धार्मिक व आध्यात्मिक बागुलबोवा केव्हाच अदृश्य होतो. **तात्पर्य, पर्यायी उत्पादनव्यवस्था आल्याबरोबर जातिव्यवस्था पूर्णपणे मोडण्यासाठी जी अनुकूल वैचारिकता हवी होती, ती संतसाहित्याने व आंदोलनाने महाराष्ट्रात अगोदरच निर्माण केलेली होती.** भारतातील इतर प्रांतांपेक्षा महाराष्ट्रातच समाजचिंतक आणि सुधारक अधिक निर्माण झाले याची कारणमीमांसा करताना कितीही हातचे राखायचे म्हटले, तरी संतांना श्रेय द्यावेच लागेल.

संतसाहित्याचे समाजशास्त्रीय अध्ययन करायचे झाल्यास समाजशास्त्रामधील अमुक एका विशिष्ट पद्धतीला किंवा संप्रदायास चिकटून न राहता निरनिराळ्या पद्धतींमधील उपयुक्त ठरतील असे घटक निवडून येथील देशी संदर्भात एक स्वतंत्र पद्धती विकसित करायला हवी, असे मला वाटते. मॅक्स शेलरने केलेला वास्तविक घटक आणि वैचारिक आत्मिक घटक यांच्यामधील भेद, त्यांचा परस्परसंबंध, वेबरने पाश्चात्त्य भांडवली अर्थव्यवस्थेचा अभ्यास करताना घेतलेला प्रोटेस्टंट–कॅल्व्हिनिस्ट विचारांच्या प्रभावांचा मागोवा, डर्खाइमने केलेली सामाजिक वस्तुस्थितीची व्याख्या, गोल्डमनची विश्वदृष्टी (Worldvision) तसेच ग्रामची वा स्पियरने वापरलेली मूल्यभावना (Ethos) ही संकल्पना, बर्गर आणि लकमन यांनी सामाजिक वास्तवाच्या संरचनेच्या संदर्भात केलेले विवेचन, घटितार्थवादी तसेच अन्वयार्थवादी उपपत्ती इत्यादी अनेक गोष्टींचा विचार करूनच हे कार्य करता येईल. मार्क्सवादाच्या वेगवेगळ्या आकलनांनाही दुर्लक्षित करून चालणार नाही. फ्रँकफूर्ट संप्रदायाचाही विशेष विचार करावा लागेल. मात्र ही नवीन पद्धत म्हणजे काही या विचारांची गोळाबेरीज किंवा खिचडी होणार नाही हे पाहायला लागेल. तसेच हा अभ्यास केवळ निरीक्षणांच्या किंवा केवळ अमूर्तीकरणाच्या पातळीवर राहणार नाही याचीही दक्षता घेतली पाहिजे. प्रस्तुत निबंध म्हणजे या दिशेने केलेला एक प्राथमिक प्रयत्न आहे. ■

डॉ. सदानंद श्रीधर मोरे, देहूकर

एम.ए. पीएच.डी. (तत्त्वज्ञान),

एम.ए. (प्राचीन भारतीय संस्कृती आणि इतिहास)

- संत साहित्य आणि महाराष्ट्राच्या लोकव्यवहाराचे अभ्यासक
- *तुकाराम दर्शन, लोकमान्य ते महात्मा* आणि *गर्जा महाराष्ट्र* हे महाराष्ट्राच्या सांस्कृतिक इतिहासाचे विविध पैलू उलगडून दाखवणारे ग्रंथ लिहून इतिहासलेखनाचा एक वेगळा बाज सिद्ध केला. ग्रंथलेखनासाठी साहित्य अकादमीसह विविध मानाचे पुरस्कार
- *उजळल्या दिशा* आणि *शिवचरित्र* या नाटकांमधून महाराष्ट्राच्या राजकारणाचा कलात्मक पातळीवरून आविष्कार
- विविध ग्रंथ आणि नियतकालिकांचे संपादन, व्याख्याने, परिसंवाद, चर्चासत्रे यांच्या निमित्ताने सर्वत्र संचार, समकालीन घटनांचे जागरूक भाष्यकार
- साहित्य अकादमीपासून भाषासल्लागार समितीपर्यंत अनेक शासकीय व अशासकीय संस्थांचे पदाधिकारी
- पुणे विद्यापीठात तत्त्वज्ञान विभाग, विविध अभ्यासने आणि संशोधन केंद्रांचे विभागप्रमुख आणि संचालक म्हणून कार्य
- महाराष्ट्र शासनाच्या विद्यापीठ पातळीवरील उत्कृष्ट शिक्षक पुरस्काराने सन्मानित
- वारकरी साहित्य परिषदेचे संस्थापक
- पहिल्या अखिल भारतीय मराठी संत साहित्य संमेलनाचे अध्यक्ष (२०१२)
- घुमान येथील ८८व्या अखिल भारतीय मराठी साहित्य संमेलनाचे अध्यक्ष

www.ingramcontent.com/pod-product-compliance
Lightning Source LLC
LaVergne TN
LVHW090055230825
819400LV00032B/742
* 9 7 8 9 3 8 4 3 1 6 3 6 5 *